അപ്രത്യക്ഷരാകുന്നവരുടെ നഗരം

Aprathyaksharakunnavarude Nagaram
Stories

Manoj Veetikad

CHINTHA PUBLISHERS
Thiruvananthapuram

First Edition
May 2021

Published
Chintha Publishers
Thiruvananthapuram

Typesetting
Star Communications Thiruvananthapuram

Printed at
Repro India Ltd, Mumbai.

Cover Design
Vinod Mangoes

ISBN : 978-93-90301-62-1

CO - 3008 / 5486

Email: chinthapublishers@gmail.com
Website: www.chinthapublishers.com

Distribution
DESHABHIMANI BOOKHOUSE
H O Thiruvananthapuram 695035

Branch
Head Office Kunnukuzhi • Statue Thiruvananthapuram •
KSRTC Bus Station Thiruvananthapuram
KSRTC Bus Station Alappuzha • KSRTC Bus Station Ernakulam •
Machingal Lane Thrissur • IG Road Kozhikode •
Mavoor Road Kozhikode • NGO Union Building Kannur •
Central Bus Terminal Complex Thavakkara Kannur

അപ്രത്യക്ഷരാകുന്നവരുടെ നഗരം

(കഥകൾ)

മനോജ് വീട്ടിക്കാട്

ചിന്ത പബ്ലിഷേഴ്സ്
തിരുവനന്തപുരം-695 035

മനോജ് വീട്ടിക്കാട്

പാലക്കാട് ജില്ലയിൽ മണ്ണാർക്കാട് പള്ളിക്കുറുപ്പിൽ 1976 ഒക്ടോബർ 6 ന് ജനനം. അച്ഛൻ: അച്യുതൻ നായർ. അമ്മ: പങ്കജാക്ഷി അമ്മ. പള്ളിക്കുറുപ്പ് ഹൈസ്കൂൾ, മണ്ണാർക്കാട് എം ഇ എസ് കല്ലടി കോളേജ്, ചിറ്റൂർ ഗവ. ടി ടി ഐ എന്നിവിടങ്ങളിൽ വിദ്യാഭ്യാസം. ഭക്ഷ്യ പൊതു വിതരണ വകുപ്പിൽ ജോലി ചെയ്യുന്നു.

പ്രസിദ്ധീകരിക്കപ്പെട്ട പുസ്തകങ്ങൾ: *ആൺ പേടി, എലീറ്റ ആഞ്ജലീന* (ചെറുകഥാ സമാഹാരം) *തുക പൂജ്യമാകുന്ന കളികൾ, ഹിസ്റ്ററോബിയ* (നോവൽ). *തുക പൂജ്യമാകുന്ന കളികൾ* എന്ന നോവലിന് 2017 ൽ പാലക്കാട് സൃഷ്ടി പുരസ്കാരം ലഭിച്ചു.

ഭാര്യ : ബിന്ദു

മക്കൾ : ആദിത്ത്, അനിരുദ്ധ്

വിലാസം : മനോജ് വീട്ടിക്കാട്
പള്ളിക്കുറുപ്പ് പി ഒ
മണ്ണാർക്കാട്, പാലക്കാട് 678 582

ഫോൺ : 9446514489

ഇമെയിൽ : manojveetikad@gmail.com

ഉള്ളടക്കം

പ്രസാധകക്കുറിപ്പ്

സാമ്പ്രദായികമായ ആഖ്യാനരീതികളിൽനിന്നും ബോധപൂർവ്വം വഴിമാറി നടക്കുന്ന രീതിശാസ്ത്രമാണ് സമകാലിക മലയാള ചെറുകഥയുടേത്. യഥാതഥത്വത്തിന്റെ ചക്കിൽ കറങ്ങാതെ ഭാഷയിലും ഭാവുകത്വത്തിലും നവീനത തേടുന്ന കഥകളാണ് മനോജ് വീട്ടിക്കാടിന്റെ *അപ്രത്യക്ഷരാകുന്നവരുടെ നഗരം* എന്ന ഈ സമാഹാരത്തിൽ. മനുഷ്യൻ അവന്റെ സാകല്യത്തിൽനിന്നും ശകലീകരിക്കപ്പെട്ട കാമനകളിലേക്ക് പ്രവേശിക്കുന്നതോടെ അവന്റെ/അവളുടെ ജൈവഗുണങ്ങൾ പരിണാമവിധേയമാവുന്നു. സാധാരണമായ പ്രതലത്തിൽനിന്നും അസാധാരണത്വത്തിലേക്ക് വികസിക്കുന്ന കഥകളാണ് ഈ സമാഹാരത്തിലെ കഥകളോരോന്നും. മനുഷ്യജീവിതം നിരന്തരം മാറിക്കൊണ്ടിരിക്കുമ്പോൾ ആ ചലനവേഗത്തിനൊപ്പം സഞ്ചരിക്കുന്ന കഥകളാണ് ഇന്നത്തെയും നാളത്തെയും കഥകൾ. അതിനൊപ്പം നില്ക്കാനാവുന്ന കഥകളാണീ സമാഹാരത്തിലുള്ളത്.

ചിന്ത പബ്ലിഷേഴ്സ്

ആമുഖം

ഇല്ലാതാകുന്ന മനുഷ്യരുടേയും ഇല്ലാതാവുന്ന ഇടങ്ങളുടേയും കഥകൾ

എഴുത്ത് എല്ലായ്പ്പോഴും സ്വയം നല്കുന്ന ബലിയാണ്. പൊരുത്തക്കേടുകളോട്, പ്രതിഷേധങ്ങളോട്, പ്രതിരോധങ്ങളോട് ഒക്കെയും സമരസപ്പെടേണ്ടി വരുമ്പോൾ സ്വയം നിശ്ചയിക്കുന്ന പ്രായശ്ചിത്തം കൂടിയാണത്. അപ്രകാരം സ്വയം നിരസിച്ചും പ്രതിരോധിച്ചും പല കാലത്തെഴുതിയ കഥകളെ ഒരുമിച്ചു കോർക്കാനുള്ള ഒറ്റച്ചരടാണ് *അപ്രത്യക്ഷരാകുന്നവരുടെ നഗരം*. കാല മഹാസാഗരത്തിൽ എപ്പോൾ എവിടെ വച്ചെന്നില്ലാതെ അപ്രത്യക്ഷമായേക്കാവുന്നത്രയും അനിശ്ചിതവും അത്രമേൽ വിചിത്രവുമായ ജീവിതങ്ങളാണ് ഓരോ മനുഷ്യരുടേതും എന്ന ബോദ്ധ്യത്തിന്റെ പല മുഖങ്ങളാണ് ഭൂമിലാലും ജോസഫും വൈജയന്തിയും മഹേന്ദ്രനുമൊക്കെ.. വ്യവസ്ഥിതികളുടേയും അധികാരത്തിന്റേയും പാരമ്പര്യത്തിന്റേയും ലിംഗപരതയുടേയും ബലിത്തറകളിൽ സ്വന്തം ജീവിതം കൊണ്ട് പിണ്ഡമൂട്ടുന്ന ചില വെറും മനുഷ്യരെക്കുറിച്ചുള്ള കഥകളാണ് വായനക്കാർക്കു മുന്നിൽ സമർപ്പിക്കുന്നത്. ഈ മനുഷ്യരിൽ മിക്കവരും അവരുടെ പാതി അവസ്ഥകളിലോ പ്രാഗ് രൂപങ്ങളിലോ നമുക്ക് പരിചിതരാണ്. അതേ സമയം അന്യർക്ക് ഗോചരമല്ലാത്ത അകം മനുഷ്യർ കൂടിയാണ് ഓരോരുത്തരും എന്ന തോന്നലിന്റെ ഉല്പന്നമാണ് ഈ പുസ്തകത്തിലെ കഥകൾ. ജീവിക്കുന്ന കാലത്തിന്റെ എല്ലാ മൂർച്ചകളും മുറിവുകളും തീർച്ചയായും കഥകളെ ബാധിക്കുന്നുണ്ട്. അജ്ഞേയമായ ഏതൊക്കെയോ കാരണങ്ങളാൽ നിഷ്കാസനം ചെയ്യപ്പെടുന്നവർ, മനുഷ്യാവസ്ഥയുടെ കേവല മൂല്യങ്ങൾക്കുപോലും അവകാശികളല്ലാത്തവർ, അധികാരവും വിധേയത്വവും പരസ്പര പൂരകങ്ങളാവുമ്പോൾ ആത്മബോദ്ധ്യങ്ങളുടെ നെരിപ്പോടുകളിൽ സ്വയമെരിയേണ്ടി വരുന്നവർ എന്നിങ്ങനെ നിരവധിയാണ് ഈ നഗരത്തിലെ കഥാപാത്രങ്ങൾ. നോക്കി നോക്കിയിരിക്കേ

അപാരമായ ഏതൊക്കെയോ ശൂന്യതകളിലേക്ക് അപ്രത്യക്ഷരാകുന്നവർ. അവർ ഒരേ നാഗരികതയുടെ, ഒരേ സാംസ്കാരികതയുടെ പിന്തുടർച്ച ക്കാരും നേരവകാശികളുമാണ്. പുറങ്ങൾ അന്യവല്ക്കരിക്കപ്പെടുകയും അകങ്ങൾ നിസ്സംഗമായിത്തീരുകയും ചെയ്യുന്ന കാലസന്ധിയിൽ, സ്വയം അപ്രത്യക്ഷമാകാതിരിക്കാൻ നടത്തുന്ന ശ്രമങ്ങളാണ് എഴുത്ത്. അതു കൊണ്ടാവണം ഇല്ലാതാകുന്ന മനുഷ്യരെക്കുറിച്ചും ഇല്ലാതാവുന്ന ഇട ങ്ങളെക്കുറിച്ചും നിരന്തരം വേവലാതിപ്പെടുന്നത് ..

മനോജ് വീട്ടിക്കാട്

സ്ത്രൈണം

ഉഷ്ണിച്ചു പുഴുകി ശരീരത്തിലെ ഓരോ അണുവിടങ്ങളിൽനിന്നും രൂക്ഷഗന്ധം പുറപ്പെട്ടു തുടങ്ങുമ്പോഴാണ് അയാൾക്ക് അവളിൽ അടങ്ങാത്ത കാമാവേശമുണ്ടാവുക.

ഏഴാം നിലയിലെ ഫ്ളാറ്റിലേക്കയാൾ അവളെ കൊണ്ടുവന്നത് കോണിപ്പടികൾ മുഴുവൻ നടന്നു കയറിയിട്ടായിരുന്നു. കാൽവണ്ണകൾ കുഴഞ്ഞ് ഇടുപ്പിൽ നോവിന്റെ കൊള്ളിയാൻ മിന്നലുകളുമായി സ്വീകരണത്തളത്തിലെ ഒറ്റ സോഫയിൽ തളർന്നിരുന്ന അവളുടെ കഴുത്തിലേയും കക്ഷങ്ങളിലേയും വിയർപ്പിന്റെ പ്രവാഹത്തിലേക്ക് അയാൾ വല്ലാത്തൊരാവേശത്തോടെ പടർന്നു കയറിയതാണ് അയാളുടെ ഗന്ധാർത്തിയെക്കുറിച്ച് അവൾക്ക് കിട്ടിയ ആദ്യത്തെ അറിവ്.

അയാൾ അവളെ ഘ്രാണിക്കുക മാത്രമാണ് അപ്പോൾ ചെയ്തത് എന്നുമവൾ ഓർക്കുന്നു.

എയർ കണ്ടീഷണർ ഓഫാക്കി വലിയ കാശ്മീരി കമ്പിളികൊണ്ട് അവളെ പൊതിഞ്ഞ് കിടത്തി അയാൾ അടുത്ത കസേരയിൽ നീണ്ടു നിവർന്നിരിക്കും.

കൈയിൽ ഒരു ചെറിയ മദ്യഗ്ലാസ്... അതൊരിക്കലും അയാൾ മുഴുമിക്കാറുണ്ടായിരുന്നില്ല... മുറിയിലാകെ ചൂട് തിങ്ങി നിറയുംവരെ, ആവി ശരീരത്തെ വേവിക്കുമെന്ന് തോന്നുംവരെ രോമകൂപങ്ങളിലൂടെ വിയർപ്പ് ധാരയായി ഒഴുകുംവരെ അയാളാ ഇരിപ്പ് തുടരും.

മാംസമാകെ വെന്ത് അസ്ഥികളിൽ നിന്ന് അടർന്നു പോകുന്നു എന്ന് തോന്നുന്ന അതേ നിമിഷത്തിലാണ് അയാൾ ആ ഉഷ്ണപ്പൊതി വലിച്ചെടുത്ത് ദൂരെയെറിയുകയും ഒരു നായയുടെ ഘ്രാണപാടവത്തോടെ മേലാകെ മൂക്കുകൊണ്ട് സഞ്ചരിച്ചു തുടങ്ങുകയും ചെയ്യുക.

ഊറിയിറങ്ങുന്ന വിയർപ്പുകൊണ്ട് തറയിൽ ജലരാശികൾ തീർത്തിരിക്കും അപ്പോഴവൾ... ശരീരത്തിലെ ദ്വാരങ്ങളിലേക്ക് വിയർപ്പ് ഒലിച്ചിറങ്ങുമ്പോഴാണ് അയാൾ അവളിലേക്ക് ആഴ്ന്നിറങ്ങുക..

എത്ര നാളായി അവിടെ എത്തിയിട്ട് എന്നവൾക്കൊരു കണക്കുമില്ല.. അല്ലെങ്കിൽ തന്നെ രാപ്പകലുകളെക്കുറിച്ചും സമയ സഞ്ചാരത്തെക്കുറിച്ചും അവൾക്ക് ആശങ്കപ്പെടേണ്ടതില്ലല്ലോ..

ഇടയ്ക്കെപ്പോഴൊക്കെയോ അയാൾ പുറത്തുപോകുന്ന കുറച്ചു സമയം മാത്രമാണ് അവളുടെ മനസ്സ് സ്വസ്ഥമാകുന്നത്. അപ്പോഴൊക്കെ അവൾക്കൊന്നു കുളിക്കണം എന്നുതോന്നും. എത്രയോ ദിവസങ്ങളിലെ അടിഞ്ഞുകൂടിയ ഉഷ്ണമൊക്കെ തണുതണുത്ത വെള്ളത്തിൽ കഴുകിക്കളയാൻ.. ദേഹത്തിന്റെ വളവുകളിലും സന്ധികളിലും കെട്ടിനില്ക്കുന്ന തീവ്ര ഗന്ധത്തിൽനിന്ന് രക്ഷപ്പെടാൻ..

വെള്ളം അവളെ അത്രയേറെ കൊതിപ്പിക്കുന്നുണ്ട്..

ഓരോ തവണ അയാൾ പോകുമ്പോഴും ഒരു പാത്രത്തിലെങ്കിലും വെള്ളം ശേഷിച്ചെങ്കിലെന്ന്, ഒരു കുളിമുറിയെങ്കിലും പൂട്ടാൻ മറന്നെങ്കിലെന്ന് അവൾ മോഹിക്കാറുണ്ട്.

പേശികൾക്കിടയിലൂടെ തീനാമ്പുകൾ നുഴഞ്ഞു കയറുമ്പോൾ, രോമകൂപങ്ങളൊക്കെയും ഉഷ്ണ നീരുറവകളാകുമ്പോൾ, ബോധ മണ്ഡലത്തിലാകെ ആവി നിറയുമ്പോൾ ഒരു മഴ പെയ്തിരുന്നെങ്കിലെന്ന് അവൾ ആശിക്കാറുണ്ട്.

അടച്ചിടാൻ അയാൾ മനഃപൂർവ്വം മറക്കുന്ന, തെക്കേ ആകാശത്തിലേക്ക് തുറക്കുന്ന ഒരു ജാലകപ്പാളിയിലൂടെ മഴമേഘങ്ങളെ നോക്കി നില്ക്കുന്നതു കണ്ടാണ് ഒരുദിവസം അയാൾ വന്നത്.. മഴ ഇപ്പോൾ പെയ്യുമെന്നപോലെ മൂടിക്കെട്ടി തുളുമ്പി നില്ക്കുകയായിരുന്നു. ഇത്തിരി നേരം അവളെ തറപ്പിച്ചു നോക്കിയ അയാൾ ഒരു പൊട്ടിച്ചിരിയിലേക്ക് എടുത്തെറിയപ്പെട്ടു. ചുമരുകളിൽ തട്ടി അലയലയായി പടർന്നുപിടിച്ച ഉച്ചത്തിലുള്ള ചിരി.

ജനാല മെല്ലെ വലിച്ചടച്ച് അവൾ അവളുടെ സ്ഥാനത്തേക്ക് മെല്ലെ നീങ്ങിയപ്പോൾ പെട്ടെന്ന് അയാൾ ചിരി നിർത്തുകയും മുറി ഒരു വലിയ നിശ്ശബ്ദതയിലേക്ക് വീഴുകയും ചെയ്തു.

ജനൽക്കണ്ണാടിയിൽ അപ്പോൾ ചരലുകൾ വാരിയെറിയുമ്പോലെ മഴ വന്നു വീണുതുടങ്ങിയത് അവൾ കേട്ടു. ഒന്നു കൈ നീട്ടിയാൽ തൊടാവുന്നത്ര ദൂരെ മഴ...

"നിനക്ക് മഴയെ തൊടണോ...?" അയാൾ തീരെ പതിഞ്ഞ ശബ്ദത്തിൽ ചോദിച്ചു... അയാളുടെ ചുണ്ടുകൾ അവളുടെ ചെവിയോട് ചേർന്നിരിക്കുകയായിരുന്നു.

എന്താണു പറയേണ്ടത് എന്നവൾക്കറിയുന്നില്ലല്ലോ..

പെട്ടെന്ന് ഒരതിവേഗ നീക്കത്തിലൂടെ അയാളവളുടെ ഉഷ്ണപ്പൊതി ഊരിക്കളയുകയും അവളെ വലിച്ച് ജനലിനരികിൽ കൊണ്ടു നിർത്തു

കയും ചെയ്തു.

ആവോളം മഴ കാണുക, മഴയെ തൊട്ടുകൊള്ളുക.

ജനല്പാളികൾ മലർക്കെ തുറക്കുകയും മഴ ചെറിയ ശിഖരങ്ങൾ നീട്ടി അവളുടെ കവിളുകളെ സ്പർശിക്കുകയും ചെയ്തപ്പോൾ അയാൾ മഴയ്ക്കു പുറംതിരിഞ്ഞ് ഭിത്തിയോട് ചേർന്നു നില്ക്കുകയായിരുന്നു.

മുറിയിലാകെ എത്രയോ കാലമായി അടിഞ്ഞു കിടന്നിരുന്ന ഉഷ്ണ ത്തിന്റെയും പുഴുകലിന്റേയും വലിയ ഭാണ്ഡക്കെട്ടുകൾ മഴയിലേക്ക് ഒ ഴുകിപ്പോകുകയും ശൈത്യത്തിന്റെ ഒരു നേരിയ കംബളം അവിടെ വിരിച്ചിടപ്പെടുകയും ചെയ്തു...

മഴയിൽ കുതിർന്ന് കുതിർന്ന് തണുത്തു തുടങ്ങിയപ്പോൾ അവൾ ക്കയാളോട് തികച്ചും അപരിചിതമായ ഒരു ഇഷ്ടം തോന്നാൻ തുടങ്ങി. പല ജന്മങ്ങളിലൂടെ താൻ അനുഭവിച്ചുകൊണ്ടിരുന്ന ഉഷ്ണത്തിൽ നിന്ന് മോചിപ്പിച്ചത് അയാളാണല്ലോ എന്നുമവൾക്ക് തിരിച്ചറിവുണ്ടായി.

അവളുടെ കണ്ണുകളിൽ സ്നേഹം കിനിയുകയും അവളുടെ മുല കളിൽ വാത്സല്യം ചുരക്കുകയും ചെയ്യുന്നത് ഒട്ടൊരത്ഭുതത്തോടെയാണ് അവളറിഞ്ഞത്. അവൾക്കയാളെ കോരിയെടുത്ത് ചുംബിക്കണമായി രുന്നു. അവൾക്കയാളെ ഇറുകെപ്പുണരണമായിരുന്നു.

അയാളാകട്ടെ ആകെ തണുത്തുറഞ്ഞുപോയിരുന്നു. അവൾ ചേർത്തുപിടിച്ചപ്പോൾ ആകെയൊരു വലിയ തളർച്ചയായി അയാൾ അവ ളിലേക്ക് കുഴഞ്ഞുവീണു.

അയാൾക്ക് ഒന്നുറക്കെ കരയണമായിരുന്നു. അവൾക്ക് കരയുന്ന അയാളെ സമാശ്വസിപ്പിക്കണമായിരുന്നു.

"എന്തിനാ കരയുന്നത്?" കാതരയായി അവൾ...

"നിന്നെ, നിന്റെ ഗന്ധത്തെ പിരിയാൻ എനിക്കാവുന്നില്ലല്ലോ..." അയാൾ.

അയാളുടെ മുഖം മാറിൽ ചേർത്തു പിടിച്ച് അവൾ... "നമുക്ക് പിരിഞ്ഞേ തീരൂ അല്ലേ..."

അവളയാളെ സൂക്ഷിച്ചുനോക്കി. അയാളുടെ കണ്ണിൽ ആസക്തി യുടെ തിരയിളക്കമല്ല, നിസ്സഹായതയാണ് അവൾ കണ്ടത്...

"നിന്നെ പുനർസംസ്കരണ കേന്ദ്രത്തിലേക്ക് കൊണ്ടു പോകാ നുള്ള വണ്ടി ഉടനെയെത്തും."

അയാൾ കണ്ണുകളടച്ചുപിടിച്ചുകൊണ്ട് മെല്ലെ പറഞ്ഞു....

അടഞ്ഞ കണ്ണുകൾക്ക് പിന്നിൽ അയാൾ കാഴ്ചകളുടെ ദ്രുത പ്രവാഹം കാണുന്നുണ്ട്. അതിവേഗത്തിൽ പിന്നാക്കം മറയുന്ന കാഴ്ച കളുടെ മഹാപ്രവാഹം.

പടുകൂറ്റൻ കെട്ടിടങ്ങൾ തിങ്ങി വളർന്നിട്ടുള്ള ഒരു ഇടുങ്ങിയ തെരു വിലൂടെ നടക്കുകയാണ് അയാൾ..

ശരിക്കും അതൊരു പുഴയോരമായിരുന്നു. വണിക്കുകൾ നിരന്നിരുന്ന് പുകയിലയും പച്ചക്കറിയും നിലക്കടലയും അടയ്ക്കയും വെറ്റിലയും

കച്ചവടം ചെയ്തിരുന്ന ചെറിയൊരു പട്ടണത്തിന്റെ നടുവിലൂടെ ഒഴുകിയിരുന്ന ഒരു ചെറിയ നദിയുടെ തീരം...

തെരുവിലൂടെ കടന്നുപോകുന്ന ആരെയും ശ്രദ്ധിക്കാതിരിക്കുന്നിടത്തോളം വളർന്ന ഒരാലസ്യം പടർന്നു കിടക്കുന്നുണ്ടവിടെ. എവിടെനിന്നൊക്കെയോ പറന്നെത്തുന്ന ഈച്ചക്കൂട്ടങ്ങളെ കൈകൾ നീട്ടി ആട്ടിയോടിക്കുകയോ ദാ ഇവിടെ വരൂ, വന്നു നോക്കിയിട്ടു പോകൂ എന്ന് ഒച്ചപ്പെടുകയോ ചെയ്യുന്ന ആരും അവിടെയുണ്ടായിരുന്നില്ല...

ചുരുക്കം മാസങ്ങൾകൊണ്ട് ജനിച്ച് മാനംമുട്ടെ വളർന്ന കെട്ടിടങ്ങൾക്കിടയിൽ അവരുടെ ശബ്ദങ്ങളൊക്കെ ചതഞ്ഞരഞ്ഞു പോയിരുന്നു.

അന്നോളം അവർക്കപരിചിതമായിരുന്ന കാഴ്ചകളും ശബ്ദങ്ങളും തെരുവിനെ അവരുടേതല്ലാതാക്കിക്കഴിഞ്ഞിരുന്നു...

തെരുവ് പുഴയിലേക്ക് മുങ്ങുന്നതിനു തൊട്ടുമുമ്പ് കല്ലൊതുക്കുകളുടെ ഒരു നിരയുണ്ട്. അവയിൽ നിരന്നിരുന്നാണ് വൈകുന്നേരങ്ങളിൽ പുഴമണലിലെ കല്പന്തുകളിയും യുദ്ധപ്രഖ്യാപനങ്ങളോളമെത്തുന്ന മല്പിടുത്ത വാശികളും കണ്ടിരുന്നത്.

ഭ്രാന്ത യൗവനങ്ങൾ രാത്രിയുടെ നിശ്ശബ്ദതയിൽ ആ കല്പടവുകളിൽ മലർന്നുകിടന്നാണ് അവരുടെ വിപ്ലവങ്ങളെ കിനാവു കണ്ടിരുന്നത്. അവരുടെ രതികാമനകളെ സങ്കല്പിച്ചെടുത്തിരുന്നത്.. ഒരിക്കലും കണ്ടിട്ടില്ലാത്ത സ്വർഗ്ഗ സുന്ദരികളുമായി ഇണ ചേർന്നിരുന്നത്..

അയാളിലേക്ക് ഓർമ്മകൾ വേലിയേറ്റ വേഗത്തോടെ... എത്ര പാതിരാത്രികൾ നിലാവു കുടിച്ച് മദോന്മത്തരായി ഈ പുഴയോരത്ത് മേഞ്ഞു നടന്നിരിക്കുന്നു...

അങ്ങനെയുള്ള ഏതോ അജ്ഞാത നിദ്രയിലാണ് അവളെ അയാൾ കണ്ടുമുട്ടിയത്. അവളുടെ വിരലുകൾക്ക് അഗ്നിയുടെ ഊഷ്മാവുണ്ടായിരുന്നു. അവളുടെ ദേഹത്തുനിന്ന് വിയർപ്പിന്റെ മാദകഗന്ധം പ്രസരിച്ചിരുന്നു..

ഉഷ്ണവും മദഗന്ധവും കിനാവുകളിൽ നിന്ന് തലച്ചോറിന്റെ ശ്ലഥ കല്പനകളിലേക്ക് പരിണമിച്ചു തുടങ്ങിയപ്പോൾ കാലുകളുടെ നില്ക്കപ്പൊറുതി നഷ്ടമാവുകയും അവ അജ്ഞേയമായ ഏതൊക്കെയോ പാതകളിലേക്ക് അയാളേയുംകൊണ്ട് നടന്നുപോവുകയും ചെയ്തു.

അലഞ്ഞത് എത്ര ശിശിരങ്ങൾ എന്നയാൾക്കിപ്പോഴും അറിഞ്ഞുകൂടാ.. എത്ര വസന്തങ്ങളുടെ പൂന്തോട്ടങ്ങളാണ് പിന്നിട്ടതെന്ന ഒരു ധാരണയും അയാൾക്കില്ല...

കാംബോജത്തിലെ ലംബസ്തനികൾ, കോസലത്തിലെ ഹസ്തിനികൾ, കേകയത്തിലെ പേടമാൻ കണ്ണികൾ, അങ്ങനെ എത്രയെത്ര ഭൂവിസ്തൃതികളിലൂടെ അയാൾ കടന്നുപോയി. ഓരോ പുഴ കടക്കുമ്പോഴും, ഓരോ ഇരട്ടക്കുന്നുകൾ കയറി മറയുമ്പോഴും ഇനിയും മികച്ചത്, ഇനിയും മഹത്തായത് എന്നയാളുടെ അസംതൃപ്തി പറഞ്ഞു

കൊണ്ടേയിരുന്നു...

തമിഴകത്തെ ഒരു പാണ്ടികശാലയുടെ ഇരുണ്ട അകത്തളത്തിൽ വച്ചാണ് വളരെക്കാലത്തിനു ശേഷം അയാൾ ഈ പുഴയെക്കുറിച്ച് പിന്നെയും കേട്ടത്. നന്നായി മുറുക്കിച്ചുവപ്പിച്ച, തലപ്പാവു വച്ച, മുഷിഞ്ഞ തെങ്കിലും ഗംഭീരമായ കോട്ടു ധരിച്ച നല്ല ഉയരമുള്ള ഒരു ഗോസായി യായിരുന്നു അത് എന്നയാൾ ഓർക്കുന്നു.

പുഴയെക്കുറിച്ച് പറഞ്ഞപ്പോൾ പുഴയോരത്തെ വണിക് സംഘങ്ങ ളെക്കുറിച്ച് പറഞ്ഞുകേട്ടപ്പോൾ തലച്ചോറിലെവിടെയോ പരിചിതമായ ഒരു ഭൂപടം നിവർന്നുവന്നു.

ഗോസായി തീരെ താല്പര്യമില്ലാത്ത സ്വരത്തിലാണ് സംസാരി ക്കുന്നത്..

ആർക്കുവേണം നിങ്ങളുടെ ഈ പുഴുക്കുത്തു വീണ മിണ്ടാപ്രാ ണികളെ...?

അങ്ങു കേരളത്തിൽ ചെല്ലണം...

തെക്കേ അറ്റത്ത് നിറയെ കായലുകളുള്ള ദേശത്ത്..

അങ്ങനെയാണ് വർഷങ്ങൾക്കു ശേഷം അയാൾ വീണ്ടും ഇവിടെ യെത്തുന്നത്.. അയാളുടെ നടത്തത്തിലെ ധൃതി ആ മനസ്സിലെ അക്ഷമ യുടെ ഒരു സ്വാഭാവിക പ്രതികരണമാണ്..

"യഥാർത്ഥത്തിൽ ഇതൊരു ഹാച്ചറിയാണ്." അയാളെ പ്രവേശന കവാടത്തിൽ വച്ച് സ്വീകരിച്ച പൊക്കം കുറഞ്ഞ വട്ടമുഖവും സമൃദ്ധമായ ഉടലുമുള്ള റിസപ്ഷനിസ്റ്റ് പറഞ്ഞു.

വരൂ, നമുക്ക് കാഴ്ചകൾ കണ്ടുകൊണ്ട് സംസാരിക്കാം..

അവൾ തന്റെ തിരിച്ചറിയൽ കാർഡ് അയാൾ കാണുന്നുണ്ടെന്ന് ഉറപ്പുവരുത്തി അയാൾക്ക് മുമ്പേ നടന്നു.

നീണ്ട ഒരു ഇടനാഴിയും അതിനപ്പുറത്ത് വിശാലമായ ഒരു മൈതാ നവും മൈതാനത്തിന്റെ വശങ്ങളിലായി ചെറിയ വീടുകളുമാണ് പൊതു വായി പറഞ്ഞാൽ ഈ ഫാമിന്റെ ഘടന.

കസ്റ്റമേഴ്സ് പലതരക്കാരാണ്.

അവൾ അയാളെ മൈതാനത്തിന്റെ പടിഞ്ഞാറുഭാഗത്തേക്കാണ് ആദ്യം കൊണ്ടുപോയത്. അവിടെയുള്ള ഇളം മഞ്ഞച്ചായമടിച്ച കോട്ടേ ജിന്റെ കണ്ണാടി വാതിൽ തുറന്ന് അവൾ അയാൾക്ക് വഴിമാറി നിന്നു.

ഇവിടെ നമുക്കൊരിത്തിരി ഫോർമാലിറ്റികളുണ്ട്. പതിവുപോലെ കസ്റ്റമറുടെ പേര്, വിലാസം, പൗരത്വം, ബാങ്ക് അക്കൗണ്ടിന്റെ വിവരങ്ങൾ അങ്ങനെയൊക്കെ.

പിന്നെ ഇവിടെവച്ചാണ് നമുക്കാവശ്യമുള്ള ഉല്പന്നം തെരഞ്ഞെടു ക്കേണ്ടത്..

അവൾ അയാളെ നോക്കി ചിരിച്ചു..

അയാളുടെ കണ്ണുകൾ അപ്പോൾ അവളിലൂടെ മേയുകയായിരുന്നു.

മുട്ടോളമെത്തുന്ന പാവാടയും ഇറുകിയ ടോപ്പും തന്നെ വല്ലാതെ

നിസ്സഹായയയാക്കുന്നതായി അവൾക്കു തോന്നി. അയാളുടെ ചുട്ടുപഴുത്ത നോട്ടത്തിനെ പ്രതിരോധിക്കാൻ, കൈകൊണ്ട് വലിച്ചിടാൻ ഒരു ഉത്തരീയം കിട്ടിയിരുന്നെങ്കിൽ എന്നവൾ ശരിക്കും ആഗ്രഹിച്ചിരുന്നു.

അവളയാൾക്ക് ഒരു ആൽബമാണ് ആദ്യം നല്കിയത്. കമ്പനിയുടെ ഉന്നത ശീർഷരായ കസ്റ്റമേഴ്സിനെക്കുറിച്ച് പ്രതിപാദിക്കുന്നതായിരുന്നു ആ ചിത്ര പുസ്തകങ്ങൾ.

അയാൾ അത് അലസമായി മറിച്ചുനോക്കി അവൾക്കു തിരിച്ചു നല്കിയപ്പോൾ അയാൾക്ക് അവിടുത്തെ കാറ്റലോഗ് കിട്ടി.

ഞാൻ നേരത്തെ പറഞ്ഞല്ലോ, കസ്റ്റമേഴ്സ് പല തരക്കാരാണ്. അവരുടെ ആവശ്യങ്ങളും പലതരത്തിലാണ്.

നിങ്ങളുടെ താല്പര്യങ്ങളോട് യോജിക്കുന്ന നാലോ അഞ്ചോ പേരെ നിങ്ങൾ തെരഞ്ഞെടുത്താൽ അവരെ ഇങ്ങോട്ടു വരുത്താം.

അവൾ ചിരി തിരിച്ചുപിടിച്ചു കഴിഞ്ഞിരുന്നു. അയാളുടെ ശ്രദ്ധ അവളുടെ ഉടൽ സമൃദ്ധിയിൽ നിന്ന് തെന്നി നീങ്ങുകയും ചെയ്തിരുന്നു.

തെരഞ്ഞെടുപ്പുകൾ എന്നും പ്രവചനാതീതമാണ്.

അവളുടെ മുന്നിലൂടെ അപ്പോൾ കഴിഞ്ഞ ദിവസം നടന്ന ഒരു ബിസിനസിന്റെ നേർക്കാഴ്ച കടന്നുപോയി.

ഒറ്റ ദിവസം കൊണ്ടുതീരുന്ന ഒരു കോൺട്രാക്റ്റായിരുന്നു അത്. അവർ പതിമൂന്നു പേരുണ്ടായിരുന്നു.

ചെറിയ മുലകളുള്ള മെലിഞ്ഞു വെളുത്ത അവളെ കൈമാറുമ്പോൾ ആ വലിയ വെള്ളാരം കണ്ണുകളിൽ എന്താണുണ്ടായിരുന്നതെന്ന് ഇപ്പോഴും അറിയില്ലല്ലോ എന്നവൾ സങ്കടപ്പെട്ടു.

ആ കാഴ്ചയെ മായ്ച്ചുകളയാനാവും... അവൾ കണ്ണുകൾ അമർത്തിത്തുടച്ചു.

അപ്പോഴേക്കും അയാൾ തന്റെ തെരഞ്ഞെടുപ്പ് പൂർത്തിയാക്കിയിരുന്നു.

അയാൾ ഒരേയൊരു ചോയ്സേ ഉപയോഗപ്പെടുത്തിയിട്ടുള്ളൂ എന്ന് അവൾ ആശ്ചര്യപ്പെട്ടു.

ഇപ്പോൾ നിങ്ങൾ വാങ്ങുന്ന ഏതൊന്നിന്റേയും ഗുണം, കുലം, പരിശുദ്ധി എന്നിവ ഞങ്ങൾ ഉറപ്പുവരുത്തുന്നുണ്ട്. അതോടൊപ്പം ഈ സെലക്ഷൻ അന്തിമമായി ഉറപ്പിക്കുന്നതോടെ കമ്പനിയുടെ നിയമങ്ങൾ താങ്കൾ അംഗീകരിക്കുകയുമാണ്.

അവൾ ഏതാനും കടലാസുകൾ അയാൾക്ക് മുന്നിലേക്ക് നീക്കിവെച്ചു.

മുടക്കിയ പണത്തിന് മുഴുവൻ മൂല്യവും ഞങ്ങൾ ഉറപ്പുതരുന്നു.

പണം മുടക്കുന്നയാളുടെ ഇഷ്ടങ്ങൾക്കും താല്പര്യങ്ങൾക്കും മാത്രമേ പ്രസക്തിയുണ്ടായിരിക്കുകയുള്ളൂ..

നിങ്ങൾ കൊണ്ടുപോകുന്ന പെണ്ണിന് ഒരു തരത്തിലുള്ള അവകാശങ്ങളും ഉണ്ടായിരിക്കുന്നതല്ല എന്നത് കമ്പനിയുടെ ഉറപ്പാണ്.

നിങ്ങൾക്കവളെ എന്തും ചെയ്യാം...

അവൾ സ്വരം താഴ്ത്തി ആവർത്തിച്ചു. എന്തും...

ഇതിനൊക്കെക്കൂടി കമ്പനി മുന്നോട്ടുവെക്കുന്ന ഒരേയൊരു വ്യവസ്ഥ അനുസരിക്കാൻ താങ്കൾക്ക് എതിർപ്പൊന്നുമില്ല എന്നു വിചാരിക്കട്ടെ.

നമ്മൾ ഏർപ്പെടുന്ന കരാർ കാലാവധി പൂർത്തിയായാലുടൻ തന്നെ അവളെ കമ്പനിയുടെ പുനഃസംസ്കരണ കേന്ദ്രത്തിന് കൈമാറണം എന്നതു മാത്രമാണ് ആ വ്യവസ്ഥ.

താങ്കൾക്ക് എത്ര ദിവസമാണ് സേവനം ആവശ്യമായി വരിക എന്നത് മുൻകൂട്ടി തീരുമാനിച്ച് അതിനുള്ള ഊർജ്ജ പാക്കറ്റുകൾ കൂടി ഉൾപ്പെടുത്തിയായിരിക്കും അവളെ നിങ്ങൾക്കു തരിക.

അതായത് ആഹാരമോ വെള്ളമോ മറ്റൊന്നും തന്നെ താങ്കൾ നല്കേണ്ടതില്ല.

വെറുതെ ജീവിതം ആസ്വദിക്കുക മാത്രം.

അല്ലെങ്കിൽത്തന്നെ ആസ്വദിക്കാനുള്ളതാണല്ലോ ജീവിതം... അല്ലേ...?

അവളുടെ ചോദ്യത്തിൽ വേറെന്തൊക്കെയോ ചോദ്യങ്ങൾ കൂടി ഉണ്ടായിരുന്നു.

* * *

"യഥാർത്ഥത്തിൽ അതൊരു ഹാച്ചറി തന്നെയാണ്.."

അയാളുടെ കൈകൾ മെല്ലെ വിടർത്തി അവൾ പറഞ്ഞു.

"ജൈവികമോ മാനുഷികമോ ആയ ഒരിടപെടലുമില്ലാതെയാണ് അവിടെയുള്ള ഓരോ പെണ്ണിന്റേയും ഉല്പാദനം.

ജനനം എന്ന പദം ഞങ്ങളെ സംബന്ധിച്ച് അസംബന്ധമാണ്. ജനിക്കാത്തതുകൊണ്ട് തന്നെ ജനത്തിന്റേതായ ഒരവകാശവും ഞങ്ങൾക്കില്ല..

പല ഉപയോഗങ്ങൾക്ക് പലതരത്തിലുള്ള ഉല്പന്നങ്ങൾ.. ഞങ്ങളെ പോലുള്ളവരെ മുൻകൂട്ടി നിശ്ചയിച്ച അളവുകൾക്കനുസരിച്ച് വളർത്തിയെടുക്കുന്നു."

അവൾ സ്വന്തം ഉടലിന്റെ നിമ്നോന്നതങ്ങളിലൂടെ കൈകളോടിച്ചു.

അഴകിന്റെ അന്താരാഷ്ട്ര മാനദണ്ഡങ്ങൾക്ക് കൃത്യമായി ചേരുന്നതായിരുന്നു അവളുടെ ശരീരം.

"ഏതെങ്കിലും ഘട്ടത്തിൽ നിശ്ചിത അളവുകൾ ആർജ്ജിക്കാത്തവരെ നേരെ പുനഃസംസ്കരണ കേന്ദ്രത്തിലേക്കയക്കും...

അളവുകളിൽ പരാജയപ്പെടുന്നവർ മാത്രമല്ല..." അവൾ പറഞ്ഞു.

അവളുടെ ഉള്ളിലപ്പോൾ അവൾക്കുശേഷം പുറത്തുവന്ന ഒരു ബാച്ചിനെ മുഴുവൻ ഒരുമിച്ച് പുനഃസംസ്കരണ കേന്ദ്രത്തിലേക്കയച്ച

ഓർമ്മയായിരുന്നു.

"കമ്പനി ഒരു മത്സരത്തിന്റെ വെല്ലുവിളികൾ നേരിടുന്ന സമയമായിരുന്നു അത്.

മഹാനഗരത്തിന്റെ പരമ്പരാഗത കേന്ദ്രങ്ങളിൽനിന്നുള്ള ഇറക്കുമതിച്ചരക്കുകൾ കൂടി വിപണിയിലുള്ള കാലം. അവർക്കായിരുന്നു വിപണിയുടെ മേല്ക്കോയ്മ.

ആ ആധിപത്യത്തിലേക്കാണ് തികച്ചും സ്വദേശിയായ, സ്വന്തം മണ്ണിന്റെ ഗന്ധവും രുചിയുമുള്ള, ഒതുങ്ങിയ അരക്കെട്ടും നിറഞ്ഞ മാറിടങ്ങളുമുള്ള ശില്പ സൗകുമാര്യമുള്ള ഉല്പന്നങ്ങളുമായി പുതിയ ഉല്പാദകന്റെ പ്രവേശനം.

വിപണിയുടെ മാംസരുചികളിൽ അപ്രതീക്ഷിതമായ പൊളിച്ചെഴുത്തുകളാണ് നടന്നത്.

അന്നോളം അരങ്ങു വാണിരുന്ന വിസ്തൃത ജഘനങ്ങളും ഘനസ്തനങ്ങളും അസ്വീകാര്യമാവുകയോ അതിഭയങ്കരമായ മൂല്യശോഷണത്തിന് വിധേയമാവുകയോ ചെയ്തു.

അങ്ങനെ തിരക്കേറിയ ഒരു ദിവസം രാവിലെയാണ് മൈതാനത്തിൽ പരിശീലനത്തിലായിരുന്ന ഏറ്റവും പുതിയ ബാച്ചിലെ ഒരു ഇളമുറക്കാരി കുഴഞ്ഞുവീണതും നോക്കിനിന്നിരുന്ന ഡോക്ടറും കൂട്ടുകാരികളും ഓടിയെത്തിയപ്പോഴേക്കും ഒന്നു പിടഞ്ഞു നിശ്ചലമായതും.

അവളുടെ മൂക്കിലൂടെയും ചെവിയിലൂടെയും എന്നുവേണ്ട സർവ്വദ്വാരങ്ങളിലൂടെയും പഴുപ്പും ചലവും പുറത്തേക്കൊഴുകി വന്നിരുന്നു എന്ന് പിന്നീട് ഡോക്ടർ പറഞ്ഞാണ് എല്ലാവരുമറിഞ്ഞത്. അവൾക്കു മാത്രമല്ല ആ കൂട്ടത്തിലെ മറ്റു പലർക്കും അതേ ലക്ഷണങ്ങളുണ്ടെന്ന് കൂടി അയാൾ വെളിപ്പെടുത്തി.

ആ വെളിപ്പെടുത്തൽ അത്ര വലിയ ഒരാഘാതമാകുമെന്ന് ആരും പ്രതീക്ഷിച്ചില്ല.. ഗേറ്റിനു മുന്നിൽ ചാനലുകളുടെ ഒബി വാനുകൾ കൂട്ടത്തോടെയാണ് വന്നുനിന്നത്. മൂക്കിൽനിന്നും ചലമൊലിക്കുന്ന നിരവധി രൂപങ്ങൾ അവർ കണ്ടെത്തി നാടുമുഴുവൻ കാണിച്ചു.

വാർത്തകൾക്ക് കടൽവാതങ്ങളുടെ രുദ്രവേഗമായിരുന്നു. പർവ്വതശിഖരങ്ങളെ പിടിച്ചുലയ്ക്കാൻ പോന്ന ആസുര ശക്തിയായിരുന്നു. മഹാവനങ്ങളെ ചുട്ടെരിക്കാൻപോന്ന അഗ്നി പ്രളയമായിരുന്നു.

കൊന്നു കത്തിച്ചു കളയണം മുഴുവനും.. ചാനലുകൾ അങ്ങനെയാണ് തീരുമാനിച്ചത്. അവയുടെ പലതിന്റെയും മുഖച്ഛായ വിപണിയിൽ പരാജയപ്പെട്ട മഹാനഗരത്തിലെ വണിക് പ്രമുഖരുടേതായിരുന്നു എന്ന് ആരും കണ്ടില്ല, കണ്ടവരാരും പറഞ്ഞതുമില്ല.

അന്നാണ് ഇവിടെ പുനഃസംസ്കരണകേന്ദ്രം സ്ഥാപിച്ചത്..

അപ്പോഴേക്കും ഹാച്ചറിയിൽനിന്നും നേഴ്സറിയിൽനിന്നും പുറത്തു കടന്നിരുന്നവരൊഴികെ എല്ലാം പുനഃസംസ്കരണകേന്ദ്രത്തിലേക്കയക്കപ്പെട്ടു."

അവളുടെ കണ്ണുകളിൽ ഭയം നീലച്ചു നീലച്ചുവരുന്നതയാൾ കണ്ടു.. കവിളുകൾ വിറകൊള്ളുകയും ചുണ്ടുകൾ വിതുമ്പുകയും ചെയ്തു. എവിടെയോ തടഞ്ഞു നിർത്തപ്പെട്ടപോലെ ശബ്ദം വെപ്രാളപ്പെട്ടു.

"അതിനുശേഷമാണ് ഉപയോഗത്തിനുശേഷം കത്തിച്ചു കളയുന്നു എന്നുറപ്പു വരുത്താനുള്ള നടപടികൾ കമ്പനി സ്വീകരിച്ചത്. കമ്പനിയുടെ ഉല്പന്നങ്ങൾ ഒരിക്കലും പുനരുപയോഗിക്കപ്പെടുന്നില്ല എന്ന ഉറപ്പാണ് ഇന്ന് ഗുണനിലവാരത്തിന്റെ പ്രധാന മാനദണ്ഡം..."

ഇപ്പോൾ മുറിയുടെ വാതിലിൽ തുടർച്ചയായി മൂന്നു മുട്ടുകൾ കേൾക്കുകയും അയാൾ എഴുന്നേറ്റ് വാതിലിന് നേരെ നടക്കുകയും ചെയ്തു.

അവൾ കണ്ണുകൾ ഇറുക്കിയടച്ചു.. അപ്പോൾ അവളുടെ നഗ്നമായ മുലകളിലൂടെ അയാളുടെ കൈവിരലുകൾ സഞ്ചരിക്കുന്നതായും ഉടലാകെ ഏതോ ഉത്തുംഗങ്ങളിലേക്ക് എടുത്തുയർത്തപ്പെടുന്നതായും അവൾക്കു തോന്നി... അവൾ അപ്പോൾ രതി അനുഭവിക്കുകയായിരുന്നു.

അധികം നീളമില്ലാത്ത ചില ജീവിതങ്ങൾ

"ഒരു പത്തു മിനിട്ട് ഇരിക്കൂ മാഡം.."

തന്റെ കമ്പ്യൂട്ടറിൽ മുറികളുടെ സ്റ്റാറ്റസ് പരിശോധിച്ച് റിസപ്ഷനിസ്റ്റ് പെൺകുട്ടി പറഞ്ഞു.

"ഓൺലൈൻ ബുക്കിങ് ഉള്ളതല്ലേ.. പിന്നെന്താണു താമസം?" വൈജയന്തി അസംതൃപ്തി മറച്ചുവച്ചതേയില്ല.

"പത്തു മിനിറ്റല്ലേ.. നീ ക്ഷമിക്ക് ജയന്തീ.." ജസീന്ത അവളെ സമാധാനിപ്പിച്ചു.

നമ്മുടെ തിരക്കുകളും ധൃതികളുമൊക്കെ ദാ അവിടെ നമ്മൾ കളഞ്ഞിട്ടു പോന്നതല്ലേ. അവൾ പുറത്ത് ഓടിക്കൊണ്ടേയിരിക്കുന്ന നിരത്തിലേക്ക് കൈ ചൂണ്ടി. അപ്പോൾ തോർന്ന ഒരു മഴയുടെ അല്പത്തങ്ങൾ അവിടെ ബാക്കി കിടക്കുന്നുണ്ട്. കെട്ടിനില്ക്കുന്ന വെള്ളത്തിനടുത്ത് വണ്ടി നിർത്തിയതിന് വൈജയന്തി ഓട്ടോറിക്ഷാ ഡ്രൈവറെ കണക്കിനു ചീത്ത വിളിച്ചപ്പോഴും ജസീന്ത അവളോടതാണ് പറഞ്ഞത്. നമ്മുടെ തിടുക്കപ്പെടലുകളും ധൃതികളുമൊക്കെ ദാ ഇവിടെ നമ്മളുപേക്ഷിക്കുകയാണ്.

"മുറി ഇപ്പോൾ ഒഴിഞ്ഞതേയുള്ളൂ. ഒന്ന് ക്ലീൻ ചെയ്യാനുള്ള സമയം.. സോറി ഫോർ ദ ഇൻകൺവീനിയൻസ്."

"അതു സാരമില്ല.." ജസീന്ത വൈജയന്തിയുടെ കൈയിൽ കോർത്തുപിടിച്ച് സോഫയിലേക്ക് ചാഞ്ഞു. അപ്പുറത്ത് ടി വിയിൽ നോക്കിയും നോക്കാതെയുമിരുന്ന മൊബൈൽ ഫോണിൽ എന്തോ ടൈപ്പ് ചെയ്യുകയായിരുന്ന ഒരാൾ അവരെയൊന്ന് നോക്കി. അതു മതിയായിരുന്നു വൈജയന്തിക്ക് ദേഷ്യം വരാൻ..

"പോട്ടെ സാരമില്ല.. അയാളൊന്ന് നോക്കിയല്ലേയുള്ളൂ." ജസീന്ത അവളെ ചേർത്തുപിടിച്ചു..

"ജസീ.." അവൾ വിളിച്ചു.

"ഉം.." ജസീന്ത വിളി കേൾക്കുകയും ചെയ്തു.

"ഒന്നുമില്ല.. വെറുതെ.."

"ഉം.." ജസീന്ത വൈജയന്തിയുടെ നെറ്റിയിൽ കവിൾ ചേർത്തു.

"റൂം റെഡിയാണ് മാഡം.."

കറുത്ത പാന്റും ഷർട്ടും ധരിച്ച പെൺകുട്ടി അവർക്കുമുമ്പേ ലിഫ്റ്റിൽ കയറി.

എത്ര ശ്രമിച്ചിട്ടും മറയാത്ത ഒരു ജിജ്ഞാസ അവളുടെ കണ്ണുകളിൽ ഒളിച്ചുനില്ക്കുന്നത് വൈജയന്തി കാണരുതെന്നേ ജസീന്തയ്ക്കുണ്ടായിരുന്നുള്ളൂ.

306-ാം നമ്പർ മുറി തുറന്ന് അവൾ എ സി പ്രവർത്തിപ്പിക്കുകയും കർട്ടണുകളൊക്കെ യഥാവിധിയാണ് എന്നുറപ്പിക്കുകയും ചെയ്തു.

ഹാവ് എ നൈസ് ടൈം എന്നാശംസിക്കുമ്പോൾ അവളുടെ ചുണ്ടിൽ ഒരു ചെറിയ ചിരി അധികമുണ്ടായിരുന്നതും വൈജയന്തി കണ്ടില്ല. അവളപ്പോൾ ജാലകത്തിരശ്ശീല മാറ്റി താഴെയുള്ള നഗരത്തെ നോക്കി നില്ക്കുകയായിരുന്നല്ലോ..

ജസീന്ത വൈജയന്തിയുടെ അടുത്ത് ചെന്നുനിന്നു. അവൾ ജസീന്തയുടെ രണ്ടു കൈകളിലും മുറുകെ പിടിച്ചു.

പുറത്ത് പിന്നെയും മഴ പെയ്തു തുടങ്ങിയിരുന്നു.

"ഈ മഴയിങ്ങനെ തോരാതെ പെയ്യണം." വൈജയന്തി പറഞ്ഞു.

"മഴനൂലുകൾക്കിടയിലൂടെ വേണം നമുക്ക് ആകാശഗോപുരത്തിലേക്ക് നടന്നുപോകാൻ.. നനഞ്ഞു കുതിർന്ന്, തണുത്ത് നമുക്ക് മേഘങ്ങൾക്കു മുകളിലൂടെ നടന്നു നടന്നു പോകണം."

"ജസീ.. എപ്പോഴാ നമ്മളവരെ കാണുക..?"

"അറിയില്ല.. എപ്പോൾ വേണമെങ്കിലും നമ്മളവരെ കണ്ടുമുട്ടിയേക്കാം. ഇടനാഴിയിൽ വച്ച്.. റസ്റ്റോറന്റിൽ വച്ച്.. ബാറിൽ വച്ച്.. എവിടെ വച്ചും അവർ നമുക്കു മുന്നിൽ വന്നേക്കാം.."

അങ്ങനെയാണ് ജസീന്തയും വൈജയന്തിയും ബാറിന്റെ വടക്കു കിഴക്കേ മൂലയിൽ രണ്ടു കസേരകൾ മാത്രമുള്ള ഒരു മേശയ്ക്കരികിൽ എത്തുന്നത്.

"ചുവന്ന വെളിച്ചത്തിന്റെ ഒരു വട്ടം മേശയുടെ മദ്ധ്യത്തിൽ വീണു കിടക്കുന്നുണ്ട്."

"അങ്ങനെയല്ല," വൈജയന്തി ജസീന്തയെ തിരുത്തി.

"ചുവന്ന വെളിച്ചത്തിന്റെ ഒരു വട്ടം മേശമേൽ മദ്യത്തിൽ വീണു കിടക്കുന്നുണ്ട്.. മനസ്സിലായോ ധ്യ അല്ല ദ്യ.." അവൾ ഇടതു ചൂണ്ടുവിരൽ കൊണ്ട് വായുവിൽ എഴുതിക്കാണിച്ചു.

"നിന്റെ പേര് മഹേന്ദ്രൻ എന്നാണോ?"

അടുത്തേക്ക് വന്ന കിന്നരിത്തൊപ്പി വച്ച വിളമ്പുകാരനോട് അവൾ ചോദിച്ചു.

"അല്ല മാഡം.."

"എങ്കിൽ പോയി മഹേന്ദ്രനോടു വരാൻ പറ.."

"ഇവിടെ മഹേന്ദ്രനെന്നൊരു വിളമ്പുകാരനില്ല മാഡം."

"അതെന്താ ഇല്ലാത്തത്.? ഒരു ബാറിൽ ഒരു മഹേന്ദ്രനെങ്കിലും ഉണ്ടാവണമല്ലോ.."

"മഹേന്ദ്രനാണല്ലോ എന്നും തനിക്ക് മദ്യം വിളമ്പാറുള്ളത്. അവനുണ്ടാക്കുന്ന ചില കോംബിനേഷനുകളുണ്ട്.. ഇത്തിരി ജിൻ, ലേശം കോഞ്ഞ്യാക്ക്, രണ്ടോ മൂന്നോ തുള്ളി റം.. പിന്നെ അവനു മാത്രമറിയുന്ന ചില കൂട്ടുകൾ.. അതങ്ങനെ മെല്ലെ മെല്ലെ അകത്താക്കുന്ന അത്രയും സമയം അവൻ തന്നോടൊപ്പമിരിക്കും."

"അതു പ്രശ്നമേയല്ലല്ലോ മാഡം. ഇപ്പോൾ മുതൽ ഞാൻ മഹേന്ദ്രനാകുന്നു. അറ്റ് യുവർ സർവീസ്."

അയാൾ തല കുനിച്ച് അവരെ രണ്ടു പേരെയും വണങ്ങി.

"എന്നാൽ പോയി നിനക്കിഷ്ടമുള്ള മദ്യം കൊണ്ടു വാ.."

അവൾ ജസീന്തയെ നോക്കി കണ്ണിറുക്കി കാണിച്ചു.

വൈജയന്തി ഇങ്ങനെയൊന്നുമായിരുന്നില്ലല്ലോ എന്ന് ജസീന്തയ്ക്ക് സങ്കടം വന്നു.

ജസീന്തയുടെ കണ്ണിലെ സങ്കടം കണ്ടിട്ടാവണം വൈജയന്തി മെല്ലെ കണ്ണടച്ചു. അവളുടെ കാതുകളിലേക്ക് ഒരു കടലിന്റെ ശബ്ദം മെല്ലെ ഒഴുകി വരുന്നുണ്ട്.

ഒരു വശത്തു കടലും മറുവശത്തു കൂറ്റൻ കെട്ടിടങ്ങളുമുള്ള ഇടുങ്ങിയ ഒരു തെരുവാണത്. കടലോരത്ത് നിരത്തിയിട്ട പഴയ മീൻ തോണികളിൽ പലതും പൊളിഞ്ഞു തുടങ്ങിയിരിക്കുന്നു. പണ്ടെന്നോ തോണികളോടൊപ്പം കയറിപ്പോന്ന കടലിന്റെ ചെറിയ ചെറിയ കഷണങ്ങൾ അവയ്ക്കിടയിൽ ചിതറിക്കിടക്കുന്നുണ്ട്.

"മീനുകളുടെ ആത്മാവുകൾ ആ തോണികളുടെ തുഞ്ചത്തിരുന്ന് കടൽ കാണുന്നുണ്ടാവുമോ..?"

വൈജയന്തി മഹേന്ദ്രനോട് ചോദിച്ചു.

"മീനുകളുടെ ആത്മാവോ? അങ്ങനെയൊന്നില്ലല്ലോ.." മഹേന്ദ്രൻ അവളെ ചൊടിപ്പിച്ചു.

"അതെന്താ ഇല്ലാത്തത്?"

"ഇല്ല അതന്നെ."

"എന്താ ഇല്ലാത്തത് എന്നാണ് ചോദിച്ചത്.."

"ഇല്ലാത്തതോണ്ട് ഇല്ല.."

അവളുടെ സ്വരവും ഭാവവും മാറുന്നത് മഹേന്ദ്രനെ രസം പിടിപ്പിച്ചു.

അവളെ ആദ്യമായി കണ്ട അന്നു മുതലേ അവനങ്ങനെയാണ്..

കടൽ മത്സ്യങ്ങളെ മുറിയിലൊളിപ്പിച്ച കുറ്റത്തിന് ഹോസ്റ്റലിൽ നിന്ന് അവളെ പുറത്താക്കിയ ദിവസമായിരുന്നു അത്.

ചത്ത മീനിന്റേതു പോലുള്ള കണ്ണുകളും ചെവികളുടെ പിന്നിൽ എത്ര കളഞ്ഞിട്ടും ബാക്കിയായ ചെതുമ്പലുകളുമുള്ള വാർഡൻ ഉറപ്പിച്ചു

പറഞ്ഞു. വൈജയന്തിയുടെ മുറിയിൽ കടലിന്റെ ഗന്ധമുണ്ടെന്ന്.

നീയെന്തിനാണ് ചത്ത കടൽമീനുകളെ മുറിയിൽ താമസിപ്പിക്കുന്നത് എന്നായിരുന്നു അവർ ചോദിച്ചത്.

മീനുകളെയല്ല കടലിനെയാണ് താൻ മുറിയിൽ പാർപ്പിക്കുന്നത് എന്ന് അവൾ പറഞ്ഞത് അവർക്കു വിശ്വാസമായില്ല.

നാളെ വല്ല തിമിംഗലക്കുഞ്ഞുങ്ങളേയും മുറിയിലേക്ക് കൂട്ടിക്കൊണ്ടു വന്നാൽ എന്തുചെയ്യും എന്ന ചോദ്യത്തിൽ കുരുക്കി അവരവളെ പുറത്താക്കി.

പാർക്കിനു പുറത്ത് തെരുവുവിളക്കിനു താഴെയുള്ള സിമന്റ് ബഞ്ചിൽ കിടന്നുറങ്ങുക എന്നത് വൈജയന്തിയുടെ ഏറെക്കാലത്തെ ആഗ്രഹമായിരുന്നു. നല്ലൊരു ഉറക്കമുറങ്ങി പാതിരാവിനു ശേഷമുള്ള ഏതെങ്കിലുമൊരു സമയത്തുണർന്ന് വെറുതെ ആകാശം നോക്കിക്കിടക്കണമെന്ന ആഗ്രഹവും നടപ്പാക്കാൻ അന്നവൾ തീരുമാനിച്ചു. ചുറ്റും ചലിച്ചുകൊണ്ടിരിക്കുന്ന ഒരു ലോകത്തിന്റെ നടുവിൽ കിടന്നുറങ്ങുക അവൾക്കൊരു സാഹസത്തിന്റെ തൃപ്തി നല്കുന്നുണ്ട്.

ഉറക്കം പാതി വഴിയെത്തി ഒരു കയറ്റം കയറാൻ തുടങ്ങുമ്പോഴാണ് അവളെ അയാൾ തട്ടിയുണർത്തിയത്.

“നിന്റെ പേര് വൈജയന്തി എന്നാണോ?” അയാൾ ചോദിച്ചു.

“കടൽമീനുകളെ മുറിയിൽ താമസിപ്പിച്ചതിന് ഹോസ്റ്റലിൽ നിന്ന് പുറത്താക്കപ്പെട്ട വൈജയന്തി..?”

“മഹേന്ദ്രൻ..” വൈജയന്തി ഒരിക്കലും കണ്ടിട്ടില്ലാത്ത അയാളുടെ പേര് അവൾക്ക് എവിടെ നിന്നെന്നില്ലാതെ ഓർമ്മ വന്നു.

എന്നത്തെയും പോലെ ആകാശം കാണാനുള്ള ആഗ്രഹം നടക്കാതെ പോവുന്നതിലുള്ള അതൃപ്തിയുണ്ടെങ്കിലും അവൾ അവന്റെ കൂടെ നടന്നു.

“അപ്പോൾ ശരിക്കും നീ മീനുകളെ മുറിയിൽ താമസിപ്പിച്ചിരുന്നോ?” മഹേന്ദ്രൻ ചോദിച്ചു.

“ഞാൻ കടലിനെയാണ് മുറിയിൽ താമസിപ്പിച്ചത്. അക്കൂട്ടത്തിൽ മീനുകളുണ്ടായിരുന്നോ എന്നെനിക്കറിഞ്ഞൂടാ..”

“രാത്രി എല്ലാവരും ഉറങ്ങിക്കഴിയുമ്പോ ഞാൻ ജനാല തുറന്നിടും. അപ്പോൾ അത്രയുംനേരം പുറത്ത് ഒളിച്ചുനിന്ന കടൽ ഉള്ളിലേക്ക് വന്ന് മുറി നിറഞ്ഞ് നില്ക്കും. രാവു വെളുക്കുവോളം കടലും ഞാനും മാത്രം. രാവിലെ സൂര്യനുദിക്കണമെങ്കിൽ കടലു വേണമല്ലോ.. ആ നേരമാകുമ്പോൾ കടലിനെ ഞാൻ തുറന്നുവിടും.”

പക്ഷേ, ഇന്നലെ രാത്രി കടലിന്റെ മണം പിടിച്ച് വാർഡൻ അവിടെ വന്നു. മുമ്പെന്നോ കടൽജീവിയായിരുന്ന അവർക്ക് ആ മണം തിരിച്ചറിയാതിരിക്കില്ലല്ലോ..

മഹേന്ദ്രന്റെ ഫ്ളാറ്റിൽ രണ്ടു കിടപ്പുമുറികളുണ്ടായിരുന്നില്ല.

“രാത്രി നിന്റെ മണം പിടിച്ച് കടലെങ്ങാൻ കയറി വന്നാലോ” എന്ന്

അവൻ അവളോട് ആശങ്കപ്പെട്ടു. "അതുകൊണ്ട് ഞാൻ പുറത്ത് വരാന്തയിൽ കിടന്നോളാം.." മഹേന്ദ്രൻ പറഞ്ഞു.

അങ്ങനെയുള്ള മഹേന്ദ്രനെയാണ് ഇപ്പോൾ കാണാതായിരിക്കുന്നത്.

പാതിരാവിനോടടുത്ത നേരത്താണ് വൈജയന്തി ആത്മഹത്യയെക്കുറിച്ച് പറഞ്ഞത്. അവളുടെ നിർബ്ബന്ധത്തിനു വഴങ്ങി പലതരം മദ്യങ്ങളുടെ ഒരു മാസ്മരക്കൂട്ടുണ്ടാക്കി അവൾക്ക് നല്കിയതേയുള്ളു അവൻ..

"ആത്മഹത്യ ചെയ്യാൻ ഏറ്റവും ഉചിതമായ സ്ഥലം ഇവിടെ എവിടെയുണ്ട്?"

അവൾ പെട്ടെന്ന് ചോദിച്ചു.

"നമുക്കു ചില സ്ഥലങ്ങൾ പോയി കണ്ടാലോ?"

"ഇപ്പോൾ..?" അവൾ അവനെ സംശയിച്ചു നോക്കി.

"അതെ.. ഇപ്പോൾ തന്നെ.."

അവൻ വാതിൽ പൂട്ടി അവളോടൊപ്പം രാത്രിയിലേക്കിറങ്ങി..

നിലാവസ്തമിക്കാറായിരുന്നു. നേർത്ത് മഞ്ഞു പൊഴിയുന്നുണ്ട്.

"കുറേ നടക്കാനുണ്ടോ?"

"ഉവ്വ്.."

"അത്രയ്ക്കും മനോഹരമായ സ്ഥലമാണോ?"

"അതെ.."

അവൾക്ക് അവന്റെ കൂടെയെത്താൻ വേഗം പോരെന്നു തോന്നി.

മഞ്ഞ നിറമുള്ള തെരുവു വിളക്കിനു കീഴിൽ കറുത്ത വസ്ത്രം ധരിച്ച ചിലർ തന്നെ കാത്തു നില്ക്കുന്നുണ്ടാവുമെന്ന് മഹേന്ദ്രന് അറിയാമായിരുന്നല്ലോ.

"മഹേന്ദ്രനല്ലേ.."

"അതെ.."

"ഞങ്ങളോടൊപ്പം വരൂ." അവരവന്റെ കൈ രണ്ടും പിടിച്ചു.

അവളെക്കൂടി കൊണ്ടുപോവാം എന്നവൻ പറഞ്ഞത് അവർ കേട്ടതേയില്ല..

വൈജയന്തിക്ക് എന്തെങ്കിലും പറയാനാവുന്നതിനു മുമ്പ് മഹേന്ദ്രനെയും കൊണ്ട് അവർ അപ്രത്യക്ഷരായി.

അപ്പോൾ വൈജയന്തി ഉപേക്ഷിച്ചുപോന്ന ഹോസ്റ്റൽ മുറിയിൽ കയറിയ കടൽ തിരിച്ചിറങ്ങാൻ വഴികാണാതെ ഹോസ്റ്റൽ കെട്ടിടത്തെത്തന്നെ കടലിൽ മുക്കിക്കളയുകയായിരുന്നു. ജസീന്ത ഉണർന്നു നോക്കുമ്പോൾ ഗോവണിയിറങ്ങി കടൽ താഴത്തെ നിലയിലേക്ക് നിറഞ്ഞു തുടങ്ങിയിരുന്നു. ഹോസ്റ്റലിലെ പെൺകുട്ടികളത്രയും അവരുടെ ഉറക്കവസ്ത്രങ്ങളിൽ തന്നെ തെരുവിലേക്ക് ഓടി രക്ഷപ്പെട്ടതും ഒരു വലിയ ശബ്ദത്തോടെ ആ കെട്ടിടം കടലിൽ മുങ്ങിയതും ഒരുമിച്ചാണ്. പെൺകുട്ടികളോടൊപ്പം കടലും തെരുവിലൂടെ ഓടാൻ തുടങ്ങി.. ഒപ്പമെത്തിയ കടലിനെ ഓടിത്തോല്പിക്കാൻ കഴിയില്ല എന്നു തോന്നിയ അതേ നിമി

ഷമാണ് ജസീന്ത വൈജയന്തിയെ കണ്ടത്.. വൈജയന്തിയെ കണ്ട കടൽ എത്ര വേഗമാണ് അവളുടെ കാലുകൾക്കിടയിൽ ഒരു ജലവൃത്തം നിർമ്മിച്ച് അവൾക്കുള്ളിലേക്ക് ഒഴുകിച്ചേർന്നത്..

വൈജയന്തി ജസീന്തയെ ചേർത്തു പിടിച്ചു. മറ്റാരുമില്ലായിരുന്നല്ലോ അവിടെ. തന്നോടൊപ്പം ഓടിയ പെൺകുട്ടികളെ എത്ര നോക്കിയിട്ടും അവിടെയെങ്ങും കണ്ടെത്താൻ ജസീന്തയ്ക്ക് സാധിച്ചതേയില്ല. ജസീന്തയുടെ അങ്കലാപ്പ് കണ്ട് വൈജയന്തിക്ക് ചിരി വന്നു. അവൾ ചിരിച്ചപ്പോൾ അവളുടെ ഉള്ളിലെ കടലും ചിരിച്ചു. കുറച്ച് കടൽവെള്ളം അവളുടെ മൂക്കിലൂടെയും ചെവിയിലൂടെയും പുറത്തേക്കു തുളുമ്പുകയും ചെയ്തു.

വൈജയന്തിക്ക് തലച്ചോറിൽ ഉറുമ്പു പൂക്കുന്ന രോഗമുണ്ടായത് അപ്പോഴാണ്. ജസീന്ത അവളെ ആദ്യമായി കാണുന്ന അന്നും വൈജയന്തിയുടെ തലച്ചോറിൽ ഉറുമ്പുകൾ പൂത്തിരുന്നു. കാന്റീനിൽ ഒരു ബർഗറും കോളയും വാങ്ങി ഒഴിഞ്ഞ മേശയിൽ ചെന്നിരുന്നതേയുണ്ടായിരുന്നുള്ളൂ ജസീന്ത. ഓഫീസിലെ അവളുടെ തിരിച്ചറിയിൽ കാർഡ് കമ്പനി റദ്ദാക്കിയ ദിവസമായിരുന്നു അത്. ഇക്കാര്യം ഇന്നലെ പറഞ്ഞിരുന്നെങ്കിൽ രാവിലെ ഇത്ര നേരത്തെ എഴുന്നേറ്റ് ഇങ്ങോട്ട് വരണ്ടായിരുന്നല്ലോ എന്ന് ജസീന്ത സ്വയം പറഞ്ഞുകൊണ്ടിരുന്നപ്പോഴാണ് മേശയുടെ മറുവശത്ത് വൈജയന്തി വന്നിരുന്നത്.

അവളുടെ മുഖമാകെ ചുവന്നിരുന്നു. കണ്ണുകളിൽ ആഴമുള്ളൊരു നിരാശ നിറഞ്ഞു കിടക്കുകയും ചെയ്തിരുന്നു.

"നിന്റെ കാർഡും അവർ ക്യാൻസൽ ചെയ്തല്ലേ..?"

അവൾ ജസീന്തയോടു ചോദിച്ചു.

എന്തിനെന്നു ചോദിച്ചില്ലേ..?

"ഇല്ല.. ചോദിച്ചിട്ട് എന്തുത്തരം കിട്ടിയാലും കാർഡ് തിരികെ കിട്ടില്ല.. പിന്നെന്തിന്?"

"നീ ചോദിച്ചില്ലേ..?" ജസീന്ത വൈജയന്തിയോടു ചോദിച്ചു.

''എന്റെ ക്യാബിനിൽ നിറയെ ഉറുമ്പുകളെ കാണുന്നതുകൊണ്ടാണ് എന്നെ പിരിച്ചുവിടുന്നത്."

"അതിനുമാത്രം ഉറുമ്പുകൾ എവിടെനിന്നു വന്നു നിന്റെ കാബിനിൽ?"

അവൾ കസേര ജസിയുടെ അടുത്തേക്ക് നീക്കിയിട്ടു.

ഒരു സ്വകാര്യത്തോളം ശബ്ദംതാഴ്ത്തി അവൾ പറഞ്ഞു.

"ഞാനെവിടെ പോയാലും എന്നെത്തേടി വരും ഉറുമ്പുകളുടെ ഒരു സംഘം. അവയുടെ വരവുണ്ടാകുന്ന ദിവസം എനിക്കു മുൻകൂട്ടി അറിയാനാവും ജസീ.. അപ്പോൾ തലച്ചോറിലാകെ അനേകായിരം കാലുകൾ അരിച്ചു നടക്കുന്നതുപോലെ തോന്നും.."

"നിനക്ക് വാതിലുകളും ജനലുകളുമൊക്കെ അടച്ചിട്ട് അവയുടെ വരവിനെ തടഞ്ഞുകൂടെ?" ജസീന്ത ചോദിച്ചു.

"അത് നിനക്ക് ഉറുമ്പുകളെക്കുറിച്ച് ശരിക്കറിയാഞ്ഞിട്ടാണ്." വൈജയന്തി പറഞ്ഞു.

"മിക്കപ്പോഴും അവ നമ്മൾ നില്ക്കുന്നിടത്തു നിന്നാവും പൊടിഞ്ഞു വരിക..

ഓർക്കാപ്പുറത്ത്..

നിനക്കറിയോ ഉറുമ്പുകളുടെ സംഘത്തിന് എന്താണു വേണ്ടതെന്ന്..?" വൈജയന്തി ശബ്ദം വല്ലാതെ കുറച്ചു.

"അവയ്ക്ക് താമസിക്കാൻ എന്റെ ദേഹത്ത് സ്ഥലംവേണം. അവരുടെ കൂട്ടത്തിലൊരു നേതാവുണ്ട്.. നല്ല സ്വർണ്ണനിറമുള്ള ഒരു തടിയൻ.."

വൈജയന്തി അവനെ ഓർത്തു ചിരിച്ചു.

"അവനെന്റെ മേശപ്പുറത്തു കയറിനിന്ന് ഭീഷണിപ്പെടുത്തുന്ന ഒരു കാഴ്ചയുണ്ട്. ഉണ്ടക്കണ്ണുകൾ ചുവന്ന് മുൻ കാലുകൾ രണ്ടും ഉയർത്തിപ്പിടിച്ച് അവന്റെ പ്രകടനം നീയൊന്നു കാണണം. ജസീ. മേശപ്പുറത്തെ സ്ഫടികക്കട്ടകൊണ്ട് തലയ്ക്കൊന്നു കൊടുക്കാൻ തോന്നും."

"പിന്നെ നീയെന്താ അതു ചെയ്യാത്തത്?"

ഒരു നിമിഷം വൈജയന്തി നിശ്ശബ്ദയായി. വേഗത്തിൽ ഓടിക്കൊണ്ടിരുന്ന ഒരു തീവണ്ടി പെട്ടെന്നു നിന്നുപോയതുപോലെ.

"എനിക്കറിയില്ല. എന്തുകൊണ്ടാണ് എനിക്കവനെ കൊല്ലാൻ പറ്റാത്തത് എന്നെനിക്കറിയില്ല.." അവൾ പിറുപിറുത്തു.

"നീയീ പറഞ്ഞതൊക്കെ നിന്റെ ഭ്രാന്തുകളാണ് ജയന്തീ.." ജസീന്ത അവളെ പാടെ നിരാകരിച്ചു.

"ആണോ.. എങ്കിൽ പിന്നെന്തിനാണ് എന്റെ ക്യാബിനിൽ നിന്ന് ആരോ വർത്തമാനം പറയുന്നുണ്ടെന്ന് എല്ലാവരുംചേർന്ന് പരാതി കൊടുത്തത്.? എന്റെ ക്യാബിനിൽ ഉറുമ്പുകളാണെന്ന് പറഞ്ഞ് എന്നെ പിരിച്ചുവിട്ടത്..?"

ജസീന്തയ്ക്ക് പറയാൻ ഉത്തരമൊന്നുമില്ലല്ലോ..

"എവിടെ മഹേന്ദ്രൻ?" വൈജയന്തി ഗ്ലാസ് ശബ്ദത്തോടെ മേശപ്പുറത്തു വച്ചു.

അവളുടെ ശബ്ദം അത്രമേൽ നിശ്ശബ്ദമായിരുന്ന മദ്യശാലയിൽ ഒരു മുഴക്കംപോലെ വീണുപൊട്ടി..

"മതി.. നമുക്കവരെ കാണണ്ടേ?" ജസീന്ത ചോദിച്ചു.

"അവരെവിടെ?"

"പുറത്ത് നമ്മെ കാത്തിരിക്കുന്നു."

ജസീന്ത അവളെ കൈപിടിച്ച് എഴുന്നേല്പിച്ചു.

അടച്ചിട്ട വാതിലിനു പുറത്ത് മഴ തോർന്നു കഴിഞ്ഞിരുന്നു. എവിടെ നിന്നോ ഒളിച്ചോടി വന്നതുപോലെ പതറി നില്ക്കുന്ന വെയിലത്ത് രണ്ടു പേർ വൈജയന്തിയേയും ജസീന്തയേയും കാത്തു നില്ക്കുന്നുണ്ട്.

വൈജയന്തിക്ക് അവരെ കണ്ടപ്പോൾ ഉള്ളിലൂടെ ഒരു ഉഷ്ണക്കാറ്റ്

വീശിയടിച്ചതുപോലെ തോന്നി.

"നമുക്കങ്ങോട്ട് ഇരിക്കാം.." അവരിലൊരാൾ പറഞ്ഞു. മുറ്റത്തിന്റെ തെക്കുഭാഗത്ത് ഒരു മേശയ്ക്കു ചുറ്റും അവരിരുന്നു.

"കോട്ടേജുകളൊന്നും ഒഴിവില്ലാത്തതു കൊണ്ടാണ് വരാൻ ഒരല്പം താമസിച്ചത്. തീർച്ചയായും അതിൽ ഞങ്ങൾ ക്ഷമ ചോദിക്കുന്നു."

"അതു സാരമില്ല. വൈകുന്നതും നേരത്തെയാവുന്നതുമൊക്കെ തികച്ചും ആപേക്ഷികമാണല്ലോ.. ഞങ്ങൾ എല്ലാ തിടുക്കപ്പെടലുകളും ഉപേക്ഷിച്ചു കഴിഞ്ഞവരാണ്."

ജസീന്ത വൈജയന്തിയുടെ കൈയിൽ പിടിച്ചു.

"എന്നാലും പറയൂ. ഒരാത്മഹത്യ പൂർത്തിയാവാൻ എത്ര സമയമെടുക്കും?"

അയാൾ ലാപ്ടോപ്പ് തുറന്ന് മേശപ്പുറത്തു വച്ചു.

"നോക്കൂ.. ഇവിടെ ഏഴു സ്വർഗ്ഗങ്ങളുടെ പേരിട്ടു വിളിക്കുന്ന ഏഴു കോട്ടേജുകളാണുള്ളത്."

അയാൾ വിരൽതൊട്ട് സ്വർഗ്ഗങ്ങളുടെ ചിത്രങ്ങൾ വലുതാക്കിയെടുത്തു.

"ആത്മഹത്യ ചെയ്യാൻ തയ്യാറായി വരുന്നവർക്ക് ഇതിലേതെങ്കിലും ഒരു സ്വർഗ്ഗം തെരഞ്ഞെടുക്കാം. എല്ലാ സൗകര്യങ്ങളുമുള്ള സ്വർഗ്ഗത്തിൽ താമസിച്ച് മെല്ലെ മെല്ലെ മരണത്തിലേക്ക് നടന്നുപോകാം..

അത്ര സുഖകരമാണത്.. പൂപോലെ മനോഹരമായ ഒരനുഭൂതിയാക്കി മരണത്തെ നിങ്ങൾക്കനുഭവിപ്പിച്ചു തരാൻ പ്രതിജ്ഞാബദ്ധരാണ് ഞങ്ങൾ.."

അയാൾ പറഞ്ഞുനിർത്തി..

വൈജയന്തി അയാളോടെന്തോ ചോദിക്കാൻ വന്നെങ്കിലും ചോദിച്ചില്ല. അവളുടെ ഓർമ്മയിൽ എവിടെനിന്നോ മഹേന്ദ്രൻ പ്രത്യക്ഷപ്പെട്ടു.

"ദാ നോക്ക്, ഞങ്ങൾ ആത്മഹത്യ ചെയ്യാൻ പോകുന്നു. അതിനു മുമ്പ് നിനക്കെന്നോടെന്തെങ്കിലും പറയാനുണ്ടോ?" അവൾ അവനോട് ചോദിച്ചു.

"പറയാനല്ല ചോദിക്കാനാണുള്ളത്..

ആത്മഹത്യ ചെയ്യാൻ ചുരുങ്ങിയത് ഒരു കാരണമെങ്കിലും വേണ്ടേ..?"

വൈജയന്തി മഹേന്ദ്രന്റെ ശബ്ദത്തിൽ ചോദിച്ചു.

അപ്രതീക്ഷിതമായി കേട്ട ആണൊച്ചയിൽ അയാളൊന്നു ഞെട്ടിയെങ്കിലും ഒരു ചെറിയ ചിരികൊണ്ട് അയാളതിനെ മറികടക്കുകയും ചെയ്തു.

"ആത്മഹത്യ ചെയ്യാനല്ലല്ലോ ചെയ്യാതിരിക്കാനല്ലേ ഒരു കാരണമെങ്കിലും വേണ്ടത്?"

അയാൾ അവളുടെ മുഖത്തോട് ചേർന്ന് കണ്ണുകളിൽ നോക്കി ചോദിച്ചു.

അതാണല്ലോ താനുമിപ്പോൾ പറഞ്ഞത് എന്ന് ജസീന്ത കൗതുകപ്പെട്ടു.

“അപ്പോഴും നിങ്ങളിതു പറഞ്ഞില്ല. ഒരാത്മഹത്യപൂർത്തിയാവാൻ എത്ര സമയമെടുക്കും..?”

“ഞാനതിലേക്കാണ് വരുന്നത്..” അയാൾ പറഞ്ഞു.

“നിങ്ങൾക്കായി തയ്യാറാക്കിയിരിക്കുന്നത് മൂന്നാമത്തെ സ്വർഗ്ഗമാണ്. വേഗമില്ലായ്മയാണ് മൂന്നാം സ്വർഗ്ഗത്തിന്റെ പ്രത്യേകത. എത്ര സാവധാനമാകാമോ അത്രയും സാവധാനം. തണുതണെ തണുപ്പിച്ച ഒരു സ്ഫടികജാർ നിറയെ പഴച്ചാർ. സ്പാനിഷ് ഗിറ്റാറിൽ ലൂതർ വാൻഡ്രോസിന്റെ ‘എ ഹോം ഈസ് നോട്ട് എ ഹോം’ മുഴുവൻ വായിച്ചു തീരുംവരെ നുണഞ്ഞുകൊണ്ടിരിക്കാം. നിങ്ങൾക്കുവേണ്ടി ഒരേ വരി തന്നെ എത്ര നാഴികകൾ വേണമെങ്കിലും പാടിത്തരാൻ പാട്ടുകാരുണ്ടവിടെ.. രതിയുടെ ഒറ്റ വേലിയേറ്റംകൊണ്ട് രാത്രി മുഴുവൻ ആനന്ദത്തിന്റെ അനന്ത സാഗരം തീർത്തുതരാൻ കഴിയുന്നവരുണ്ടവിടെ..

സംഗീതത്തിൽ ലയിച്ചു ചേർന്ന് പകലുകൾ.. മായക്കാഴ്ചകളുടെ വർണ്ണസങ്കരങ്ങളിൽ മതിമറന്ന് സായാഹ്നങ്ങൾ.. ശരീരോത്സവങ്ങളിൽ ആറാടി രാവുകൾ.. കാലത്തിന്റെ എല്ലാ അളവുകളേയും മറികടന്ന് രാവും പകലും തമ്മിൽ വേർതിരിച്ചറിയാതെ കെട്ടുകളത്രയും അഴിഞ്ഞു പോയി ഭാരരഹിതരായി അലഞ്ഞു നടക്കാം..”

അയാൾ ഒന്നു നിർത്തി. ജസീന്തയുടെ അടുത്തേക്ക് നീങ്ങിനിന്നുകൊണ്ട് പറഞ്ഞു.

“അങ്ങനെ ജീവിതത്തോട് ഏറ്റവുമധികം കൊതി തോന്നുന്ന ആ നേരത്ത് പതുക്കെ വളരെ പതുക്കെ അതിസുന്ദരമായ മരണത്തിലേക്ക് നടന്നുപോകാനുള്ള എല്ലാ ഒരുക്കങ്ങളും മൂന്നാം സ്വർഗ്ഗത്തിൽ ചെയ്തു വച്ചിട്ടുണ്ട്.

ഒന്നാലോചിച്ചു നോക്കൂ.. അത്രമേൽ ഇമ്പമാർന്നൊരു ഗാനം പെട്ടെന്ന് നിന്നുപോകുമ്പോൾ കാതുകളിലുണ്ടാകുന്ന വെപ്രാളം.. ഇനിയൊരിക്കലും രുചിക്കാനാവാത്ത ഒരു രുചിയുടെ അവസാനത്തെ തരിയും നുണഞ്ഞുകഴിയുമ്പോൾ നാവിൽ അവശേഷിക്കുന്നൊരു കൊതി.. അതേ കൊതിയോടെ ജീവിതം തീർന്നുപോകുന്നതിനേക്കാൾ സുഖകരമായി മറ്റെന്താണുള്ളത്..”

അയാൾ പറഞ്ഞു നിർത്തി.

ചുറ്റും സുഗന്ധത്തിന്റെ ഒരു ഓളമിളകുന്നതായും വെളിച്ചബിന്ദുക്കൾ പറന്നു നടക്കുന്നതായും ജസീന്തയ്ക്കു തോന്നി.

“നമുക്കെപ്പോഴാണ് മൂന്നാം സ്വർഗ്ഗത്തിലേക്ക് പോകാനാവുക..?”

വൈജയന്തി മെല്ലെ ജസീന്തയുടെ ചെവിയിൽ ചോദിച്ചു.

“എപ്പോൾ വേണമെങ്കിലും..” ജസീന്ത അവളെ തന്റെ നെഞ്ചിലേക്ക് ചേർത്തുപിടിച്ചു..

പുറത്ത് പിന്നെയും മഴ പെയ്തു തുടങ്ങിയിരുന്നു.

ഭൂമിലാൽ

ചതുര നഗരം

ചതുര നഗരത്തിന്റെ ഉടൽ വടിവുകളിലൂടെ ആകാശത്തിനും ഭൂമിക്കുമിടയിലെ ഒരു സന്ദിഗ്ദ്ധതയിലൂടെ അങ്ങനെ നടക്കുകയാണ് ഭൂമിലാൽ...

അയാളുടെ കണ്ണുകൾ ഇടയ്ക്കിടെ പതറിപ്പതറി കാഴ്ചയുടെ നേർവരയ്ക്കു വഴങ്ങാതെ അയാളെത്തന്നെ പറ്റിക്കും..

അയാളെന്തു കാണണം എന്ന് കണ്ണുകൾ നിശ്ചയിക്കും...

ചതുര നഗരത്തിനു നടുവിലുള്ള മൈതാനത്തിൽ നടക്കുന്ന കാർണിവലിനെക്കുറിച്ച് ഒരു ഫീച്ചർ വേണമെന്ന് പറഞ്ഞാണ് അയാളന്ന് അവിടെയെത്തിയത്...

ചുറ്റും ഇരമ്പിയാർക്കുന്ന ജനക്കൂട്ടമുണ്ട് എന്നൊരു തോന്നൽ ഏറെ നേരമായി ഭൂമിലാലിനെ അസ്വസ്ഥനാക്കുന്നുണ്ട്.

മുന്നോട്ട് പോകുന്തോറും അയാൾക്ക് കാണാനാവുന്നു, വ്യക്തമായി കേൾക്കാനാവുന്നു...

എണ്ണിയാലൊടുങ്ങാത്ത ജനം...

ഒരേ താളത്തിൽ...

ഒരേ ശബ്ദത്തിൽ...

ചക്രവർത്തി വിജയിക്കട്ടെ... ചക്രവർത്തി വിജയിക്കട്ടെ,...

അവരുടെ ശബ്ദം അച്ചടക്കത്തോടെ അടിവച്ചടിവച്ച് മാർച്ച് ചെയ്യുന്നു...

അയാൾക്കപ്പോഴും തിരിച്ചറിയാൻ പറ്റുന്നുണ്ടായിരുന്നു, കണ്ണുകൾ തന്നെ പറ്റിക്കുകയാണെന്ന്...

അയാൾക്ക് വല്ലാത്ത തോന്നലുണ്ടായിരുന്നു ആ കാഴ്ചകളെ

കുടഞ്ഞു കളഞ്ഞ് അവിടെനിന്ന് പുറത്തു കടക്കണമെന്ന് ...

തന്റെ വിഖ്യാതമായ നാസികയും അടയാളങ്ങൾ പതിച്ച യൂണി ഫോറവുമായി ചക്രവർത്തി വേദിയിലേക്ക് വരുന്നത് ആശ്ചര്യത്തോടെ നോക്കിനിന്നു ഭൂമിലാൽ...

അദ്ദേഹം വലതു കൈ മുന്നിലേക്ക് നീട്ടിപ്പിടിച്ച് എന്റെ സഹോദരീ സഹോദരന്മാരേ എന്ന് ആൾക്കൂട്ടത്തെ വിളിച്ചു...

ആ ശബ്ദവും കൈകളും ആകാശത്തോളമുയരുകയും പിന്നീട് അതിവേഗത്തിൽ നിശ്ശബ്ദതയിലേക്ക് മൂക്കു കുത്തുകയും ചെയ്തു...

രാക്ഷസചക്രം ഏറ്റവുമുയരെ ചെന്ന് പെട്ടെന്ന് താഴേക്ക് വീഴു മ്പോൾ നെഞ്ചിലും വയറിലുമൊക്കെക്കൂടി ഉണ്ടാകാറുള്ള ഒരു ഭൂകമ്പ മില്ലേ... അതാണ് ഭൂമിലാലിന് അനുഭവപ്പെട്ടത്...

ശബ്ദത്തിന്റെ ഒരു പൊട്ടുപോലും എവിടെയും ചിതറി വീണിട്ടില്ല...

പെട്ടെന്ന് ആ നിശ്ശബ്ദതയിലേക്ക് എവിടെ നിന്നോ മൂന്നു വെടി മുഴക്കങ്ങൾ തെറിച്ചു വീഴുകയും ജനക്കൂട്ടം ഒരു വലിയ ആർത്തനാ ദമായി പരിണമിക്കുകയും ചെയ്തു.

ഓടുകയായിരുന്നു...

ചിതറിയ ജനക്കൂട്ടത്തിലൂടെ എത്രയോ ദൂരം...

ഓടിയിട്ടും ഓടിയിട്ടും ആ വെടിമുഴക്കങ്ങൾ കാതോരത്തുനിന്ന് പോകുന്നേയില്ല...

പാതിയിൽ മുറിഞ്ഞുപോയ ശബ്ദം തിരിച്ചു കിട്ടുന്നേയില്ല...

വിരലറ്റങ്ങളിൽ നോവുണ്ട്...

എവിടെയോ തട്ടിവീണ് കാൽമുട്ടിൽ നിന്ന് ചോര പൊടിയുന്നുണ്ട്...

എന്നിട്ടും ന്യൂസ് എഡിറ്റർ ഭൂമിലാലിനെ നോക്കി ചിരിക്കുകയാണ് ചെയ്തത്.

അയാളുടെ ചിരി സാവധാനം അലിഞ്ഞു പോവുകയും അവിടേക്ക് ഗൗരവത്തിന്റെ ഒരു നേർത്ത വര പടർന്നു കയറുകയും ചെയ്തു.

നിന്റെ കണ്ണുകൾ നിന്നെ ചതിക്കുകയാണല്ലോ ഭൂമിലാൽ... അവ നിന്നെ കാണിക്കുന്നതൊക്കെ കാണരുതാത്ത കാഴ്ചകളാണല്ലോ...

വാതിലിനു പുറത്ത് രഞ്ജൻ ചൗധരി എത്തിക്കഴിഞ്ഞിരുന്നു... അയാളോടൊപ്പം മറ്റാരൊക്കെയോ...

രഞ്ജൻ ഭൂമിലാലിനെ പതുക്കെ പിടിച്ചെഴുന്നേല്പിച്ചു...

ഭൂമിലാലിന് നില്ക്കാൻ വയ്യാത്ത വേദനയുണ്ടായിരുന്നു കാലു കൾക്ക്...

അത്രയേറെ ദൂരം അവ അടുത്തൊന്നും ഓടിയിട്ടില്ലല്ലോ...

ഭൂമിലാലിന് ഇത്തിരി വിശ്രമം വേണം...

ന്യൂസ് എഡിറ്റർ രഞ്ജനോട് പറഞ്ഞു...

വീട്

പടിഞ്ഞാറ് ഭാഗത്ത് കടലും കിഴക്ക് നീണ്ടു കിടക്കുന്ന റോഡും...

ഭൂമിലാലിന് വീട് കരയും കടലും തമ്മിൽ ചേർക്കാനുള്ള ഒളിവിടമാണ്.

ഉപ്പുകാറ്റേറ്റ് പാതി ദ്രവിച്ച ജനാല വാതിലുകളെക്കുറിച്ച് അയാൾ ആലോചിക്കാറേയില്ല... അവ ചിലപ്പോഴൊക്കെ താനെ തുറന്നും തനിയെ അടഞ്ഞും അനിവാര്യമായ നാശത്തെ പ്രതിരോധിക്കാൻ വെറുതെ ശ്രമിച്ചു...

നിരന്തരമായ അലച്ചിലുകളിൽ കിട്ടുന്നതത്രയും ഒന്നോ രണ്ടോ നിദ്രകളിൽ കുടഞ്ഞുകളഞ്ഞ് അയാൾ പിന്നെയും കടലാഴങ്ങളിലേക്ക് തുഴയാൻ തുടങ്ങും.

വീട് ഒരിക്കലും അയാൾക്ക് ആശ്രയമായിരുന്നില്ല...

തീ പിടിക്കുന്ന തലച്ചോറും അക്ഷമമായ കാലുകളുമായി ഭൂമിലാൽ കാഴ്ചകളിൽനിന്ന് കാഴ്ചകളിലേക്ക് അലഞ്ഞുകൊണ്ടേയിരുന്നു.

ഓരോ അലച്ചിലും നഷ്ടമായതിന്റെ തിരച്ചിലാണ്...

ചിലപ്പോൾ അയാൾക്ക് കൈകളിൽ എന്തോ ഇല്ലാത്തതുപോലെ...

ചിലപ്പോൾ മസ്തിഷ്കത്തിൽ ഒരു വായു അറയുടെ ശൂന്യത...

തന്റെ മുന്നിലും പിന്നിലുമുണ്ടായിരുന്ന ആരൊക്കെയോ ഇല്ലാത്തതുപോലെ...

പല തവണ തുറന്നും അടച്ചും സ്വന്തമാക്കിയത്...

നെഞ്ചോട് ചേർത്ത് കൊണ്ടുനടന്നത്...

അതാണ് അയാൾക്കു നഷ്ടപ്പെട്ടത്...

നഷ്ടമായ പകുതി ഉള്ളിലുള്ള പകുതിയോട് എവിടെ നിന്നോ അജ്ഞേയമായ ചില തരംഗാവൃത്തികളിൽ സംവദിക്കുമ്പോൾ ഭൂമിലാലിന് കിടക്കപ്പൊറുതിയും ഇരിക്കപ്പൊറുതിയും നഷ്ടമാകും... അങ്ങനെയാണ് നിലാവസ്തമിച്ചുപോയ ഒരു പാതിരാത്രിയിൽ അയാൾ ഇറങ്ങി നടന്നത്...

മിനാരങ്ങളുടെ നഗരം

കറുകറുത്ത ആകാശത്ത് വെളിച്ചത്തിന്റെ ഇത്തിരിപ്പൊട്ടുകൾ മാത്രമേ ബാക്കിയുള്ളൂ...

ഭൂമിലാൽ നീണ്ടു നീണ്ട കാലടികൾകൊണ്ട് നടന്നു തുടങ്ങിയിട്ട് ഏറെ നേരമായിരുന്നല്ലോ... തന്റെ മസ്തിഷ്ക മാപിനിയുടെ ഹ്രസ്വതരംഗങ്ങൾ അതിതീവ്രമായി വിഭ്രംശിക്കുന്നത് ഇപ്പോൾ അയാൾക്ക് വ്യക്തമായി അനുഭവപ്പെടുന്നുണ്ട്.

പച്ചപ്പേയില്ലാത്ത കുട്ടിക്കുന്നുകൾക്കിടയിലൂടെ വളഞ്ഞു നീണ്ട ഇരുട്ടു പാതയിലൂടെ ഭൂമിലാൽ...

അടുത്ത്... ഇനിയുമടുത്ത്...

തടാകത്തിന്റെ ആഴത്തിലേക്ക് മുങ്ങിപ്പോകുമ്പോൾ ഭൂമിലാലിന്റെ കൈകളിൽ ആരോ പിടിക്കുന്നതായി തോന്നി.

ഉള്ളിലെ ശൂന്യമായ വായു അറകളിലേക്ക് തണുതണുത്ത ജലം

ഇരമ്പിക്കയറുമ്പോൾ പുറംകാഴ്ചകൾ ഇല്ലാതാവുകയും കണ്ണുകളിലേക്ക് മിനാരങ്ങളുടെ നഗരം തെളിഞ്ഞു തെളിഞ്ഞു വരികയും ചെയ്തു.

നിരനിരയായി നില്ക്കുന്ന മിനാരങ്ങൾക്കിടയിലൂടെ വെറുതെ നടക്കുകയാണ് ഭൂമിലാൽ. വെയിലാണോ നിലാവാണോ പരന്നു കിടക്കുന്നത് എന്നയാൾക്കു വ്യക്തമല്ല.

വെയിലിന്റെ ചൂടോ നിലാവിന്റെ കുളിരോ അയാൾക്കനുഭവപ്പെട്ടതേയില്ല...

ശൂന്യമാണ് ചുറ്റും...

മനുഷ്യരെന്നല്ല, ഒരു ജീവിയും പാതയോരത്തെവിടെയുമില്ല...

തൊട്ടുമുന്നിൽ പാത ഇടത്തേക്കും വലത്തേക്കും തിരിയുന്നു. നേരെ മുന്നോട്ടുള്ള പാതയിൽ ദൂരെയൊരു മൈതാനമുണ്ടല്ലോ എന്ന് ഭൂമിലാൽ ഓർമ്മിക്കുകയും ഇടതും വലതും വഴിത്തിരിവുകളെ നിരാകരിച്ച് നേരെ നടക്കുകയും ചെയ്തു.

മൈതാനം ജനനിബിഡമാണ്.

മിനാര നഗരത്തിലെ മുഴുവൻ ആളുകളും അവിടെയുണ്ട്. എവിടുന്നൊക്കെയോ ഇനിയുമിനിയും ആൾക്കാർ വന്നു കൊണ്ടേയിരിക്കുന്നു...

ആൾക്കൂട്ടത്തിനു നടുവിലായി വലിയ തലപ്പാവു ധരിച്ച ഭീമാകായനായ ഒരാൾ.

ചുറ്റും ചെണ്ടക്കാർ, കുഴൽ വിളിക്കാർ...

കാഴ്ചയുടെ ഒരരികിൽ നിശ്ശബ്ദതയുടെ ആൾരൂപം പോലെ രണ്ടുപേർ...

അവിടെ ഒരു നാടകം നടക്കുകയാണെന്ന് തോന്നി ഭൂമിലാലിന്...

ആ ജനക്കൂട്ടം മുഴുവൻ അഭിനയിക്കുന്ന ഒരു വലിയ നാടകം...

തുടക്കമോ ഒടുക്കമോ ഇല്ലാത്ത നാടകം...

ആർക്ക് എപ്പോൾ വേണമെങ്കിൽ ഇടപെടാവുന്നതും എവിടേക്ക് വേണമെങ്കിൽ കൊണ്ടു പോകാവുന്നതുമായ ഒരു നീണ്ട നാടകം...

അപ്പോൾ തലപ്പാവുധാരിയായ മനുഷ്യൻ ആൾക്കൂട്ടത്തിനു നേരെ തിരിഞ്ഞു നില്ക്കുകയും എന്റെ സുഹൃത്തുക്കളേ എന്നവരെ അഭിസംബോധന ചെയ്യുകയും ചെയ്തു...

ഇവർ രണ്ടുപേർ നിങ്ങൾക്ക് ഏറെ വേണ്ടപ്പെട്ടവരാണല്ലോ...

നിങ്ങൾക്കെന്നല്ല നമുക്കോരോരുത്തർക്കും ഇവർ രണ്ടുപേരും എത്രമേൽ പ്രിയപ്പെട്ടവരാണെന്ന് പറയേണ്ടതില്ലല്ലോ...

ചെണ്ടക്കാർ ചെണ്ട കൊട്ടുകയും കുഴലുകൾ ഉച്ചത്തിൽ ശബ്ദപ്പെടുകയും ചെയ്തു...

ഇവരാണല്ലോ മിനാര നഗരത്തിലെ ഏറ്റവും വലിയ മിനാരം നിർമ്മിച്ചവർ...

ആൾക്കൂട്ടം വിളിച്ചു പറഞ്ഞു.

ഇവർ തന്നെയാണല്ലോ നഗര പാതകളിലങ്ങോളമിങ്ങോളം വിളക്കുമാടങ്ങൾ സ്ഥാപിച്ചവർ...

പുഴ തേവിയവർ...

കോട്ടമതിലുകൾ പണിതവർ...

കാവലിരുന്നവർ...

ഉത്സവം നടത്തിയവർ...

ചെറിയ ചെറിയ ശബ്ദങ്ങൾ പറഞ്ഞുകൊണ്ടേയിരുന്നു...

പക്ഷേ, മിത്രങ്ങളേ...

തലപ്പാവുധാരി തന്റെ ശബ്ദം വല്ലാതെ ഉയർത്തി വിളിച്ചു.

ഇവരിപ്പോൾ സംശയിക്കപ്പെട്ടിരിക്കുന്നു...

ചെണ്ടകൾ വീണ്ടും ശബ്ദിച്ചു.

നഗരാധിപന്റെ ജന്മദിനം മിനാരങ്ങളുടെ നഗരത്തിന്റെ ദേശീയോത്സവമായി ആഘോഷിക്കാനുള്ള ഉത്തരവ് ഇവർ രണ്ടുപേരും അനുസരിച്ചില്ല...

കുഴലുകൾ നീട്ടിക്കൂവി...

നിങ്ങൾക്കറിയാമല്ലോ സുഹൃത്തുക്കളേ, ഈ നഗരത്തിലെ ഓരോ പ്രജയും നഗരാധികാരിക്ക് എത്ര പ്രിയപ്പെട്ടതാണെന്ന്... അദ്ദേഹം എത്ര ശ്രദ്ധയോടെയാണ് ഓരോരുത്തരുടെയും ജീവിതം ചിട്ടപ്പെടുത്തുവാൻ ശ്രമിക്കുന്നതെന്ന്...

നമ്മളെല്ലാം അദ്ദേഹത്തെ സ്നേഹിക്കുകയും അദ്ദേഹം ചെയ്യുന്ന എല്ലാ നന്മകളേയും അംഗീകരിക്കുകയും ചെയ്യുന്നു...

അയാൾ ഒട്ടൊന്നു നിർത്തി...

എന്നിട്ടും ഇവർ മാത്രമെന്തേ സുഹൃത്തുക്കളേ ഇങ്ങനെ...

നിങ്ങളൊക്കെ കേട്ടതല്ലേ ഇവർ പറയുന്നത്...

നഗരാധികാരി ചക്രവർത്തിയല്ല എന്ന്...

നഗരാധികാരി മഹാനല്ല എന്ന്...

ആൾക്കൂട്ടം പിന്നെയും വിളിച്ചു പറഞ്ഞു...

ആയതിനാൽ മിനാര നഗരത്തിലെ പ്രജകളെ സാക്ഷിനിർത്തി നാം പറയുന്നു...

അയാൾ അപ്പോഴും നിശ്ശബ്ദരായി നില്ക്കുന്ന അവരെനോക്കി...

ചെയ്ത നഗരദ്രോഹം തിരിച്ചറിയുന്നുവെങ്കിൽ, അതിന് മാപ്പപേക്ഷിക്കുവാനുള്ള അവസാനത്തെ അവസരം ഇതാണ്...

ആൾക്കൂട്ടം നിശ്ശബ്ദമാവുകയും എല്ലാ കണ്ണുകളും അവരിലേക്ക് കൂർത്തു വീഴുകയും ചെയ്തു...

ഭൂമിലാലിന് തന്റെയുള്ളിലെ തരംഗ ചലനം ക്രമാതീതമായി പെരുകുന്നതായി തോന്നി.

അവർ രണ്ടുപേരും പരസ്പരം നോക്കി...

ആൾക്കൂട്ടം അതിഗഹനമായ നിശ്ശബ്ദതയിലാണ്...

നഗരാധികാരി ചക്രവർത്തിയല്ല... അല്ല... അല്ല...

പെട്ടെന്നാണ് ഭീമാകായന്റെയും ചെണ്ടകളുടേയും വലിയ ശബ്ദത്തിനു മേലെ ആൾക്കൂട്ടം ഒന്നായി ആ വാക്കുകൾ ആവർത്തിച്ചത്.

നഗരാധികാരി ചക്രവർത്തിയല്ല...

നഗരാധികാരി മഹാനല്ല...

ഭൂമിലാലിന് ഉച്ചത്തിൽ അവരോടൊപ്പം ചേരണമെന്ന് തോന്നി...

അയാൾക്ക് പക്ഷേ, കാലുകൾ അനങ്ങുന്നില്ലല്ലോ...

ശ്വാസം കിട്ടാതെ നെഞ്ചു വിങ്ങുന്നുവല്ലോ...

കണ്ണുകളിലാകെ ഇരുട്ടു നിറയുകയും ബോധം പതറിപ്പോവുകയും ചെയ്യുമ്പോൾ ഭൂമിലാൽ രഞ്ജൻ ചൗധരിയുടെ ശബ്ദം കേട്ടു.

ഭൂമിലാൽ ഉറക്കത്തിലും ഉണർവ്വിലും കാഴ്ചകൾ കണ്ടുകൊണ്ടിരിക്കുന്നു.

രഞ്ജൻ പറഞ്ഞു...

പക്ഷേ, ഭൂമിലാൽ താങ്കളീ കാണുന്നതൊക്കെ നമ്മളെങ്ങനെയാണ് മറ്റുള്ളവരെ ബോദ്ധ്യപ്പെടുത്തുക...?

അതിനാൽ ഒരുപക്ഷേ, ഭൂമിലാൽ...

രഞ്ജൻ ഒന്നു നിർത്തി...

നിങ്ങളീ കാഴ്ചകളെക്കുറിച്ച് എഴുതാതിരിക്കുന്നതാവും നല്ലത്...

കഴിയുമെങ്കിൽ ഒന്നും കാണാതിരിക്കണം ഭൂമിലാൽ... അല്ലെങ്കിൽ തന്നെ ഒരു പ്രയോജനവുമില്ലാത്തതൊക്കെ നമ്മളെന്തിനു കാണണം...

രഞ്ജൻ ചൗധരിയുടെ ശബ്ദം നേർത്തില്ലാതെയായതാണോ, അതോ തന്റെ ബോധമണ്ഡലത്തിന്റെ തരംഗദൈർഘ്യം മാറിപ്പോയതാണോ എന്ന് ഭൂമിലാലിന് തിരിച്ചറിയാനാവുന്നില്ലല്ലോ...

മസ്തിഷ്കത്തിലെ അറകളോരോന്നായി അടഞ്ഞടഞ്ഞു പോകുന്നതുപോലെ...

കാഴ്ചകൾ കൂടുതൽ സങ്കീർണ്ണമാവുകയാണല്ലോ എന്നയാൾ വേവലാതിപ്പെട്ടു.

നടന്നിട്ടും നടന്നിട്ടും തീരാത്ത ഒരു ദീർഘപാത പോലെ രാവും പകലും അയാളുടെ മുന്നിൽ നീണ്ടുകിടന്നു...

അപ്രത്യക്ഷരാകുന്നവരുടെ നഗരം

അതിവേഗത്തിൽ പടിഞ്ഞാറേക്ക് പോകുന്ന വീതിയേറിയ പാതയിൽ പെട്ടെന്നൊരു ഇടം തിരിവിലാണ് ഭൂമിലാൽ ഇപ്പോൾ നില്ക്കുന്നത്... ഇടത്തേക്ക് തിരിയുന്ന പാത ഇടുങ്ങിയ തെരുവിലേക്ക് നീളുന്നു...

ഒന്നിനോടൊന്ന് ചേർന്നുനില്ക്കുന്ന ചതുരവീടുകൾക്കിടയിലെ നേർത്ത ഇടവഴികളിൽ ഇരുട്ട് പതുങ്ങിക്കിടക്കുന്നുണ്ട്...

ഭൂമിലാൽ മെല്ലെ നടന്നു തുടങ്ങി... ഉയരമില്ലാത്ത മരങ്ങളുടെ നിഴലുകൾ വീണുകിടക്കുന്ന നടപ്പാതയിലൂടെ നടക്കുമ്പോൾ എന്നത്തേയും പോലെ അയാളുടെ ഉള്ളിലെ അപൂരിതമായ തരംഗാവൃത്തി വിഭ്രംശിക്കാൻ തുടങ്ങിയിരുന്നു...

അയാൾ കണ്ണുകൾ ഇറുക്കിയടച്ചു... അടഞ്ഞ കണ്ണുകൾക്കുള്ളിൽ അയാൾക്ക് നിലാവിനെ അനുഭവിക്കാൻ കഴിയുന്നുണ്ടായിരുന്നു. കാതു

കളിലാകെ ഒരു ദ്രുതസംഗീതം കേൾക്കുന്നുണ്ടായിരുന്നു.

ഇടവഴികളിലേതിലോ ഒന്നിൽനിന്ന് നീണ്ട ഒരു കൈ അയാളെ ഇരുട്ടിന്റേയും വെളിച്ചത്തിന്റേയും ചതുരംഗക്കളത്തിലേക്ക് വലിച്ചിട്ടപ്പോഴാണ് അജ്ഞാതമായ ആ ശബ്ദതരംഗങ്ങൾ ഓർക്കാപ്പുറത്ത് നിലച്ചുപോയത്.

അടച്ചു പിടിച്ചിരുന്ന കണ്ണുകൾ തുറക്കണോ വേണ്ടയോ എന്ന് ഒരു വേള ഭൂമിലാലിന് തീരുമാനിക്കാനായില്ല.

പിന്നെ തുറന്ന കണ്ണുകൾക്കു മുന്നിൽ അയാളൊരു ഇരുട്ടിനെ കണ്ടു.

നല്ല ഉയരമുള്ള തിളങ്ങുന്ന രണ്ടു കണ്ണുകളോടു കൂടിയ ഇരുട്ടിനെ. ഭൂമിലാലിന് ചോദിക്കണമെന്നുണ്ട് എന്തിനാണ് തന്നെ തള്ളി വീഴ്ത്തിയതെന്ന്...

പക്ഷേ, അയാൾ ശബ്ദത്തെ നിഷേധിച്ചുകൊണ്ട് കൈകൾ വീശി.

വെളിച്ചമേയില്ലാത്ത ഒരു ചെറിയ വീട്ടിലാണ് അവരെത്തിയത്.

സ്വയം മൂടിയിരുന്ന പുതപ്പ് അയാൾ എടുത്തുകളഞ്ഞു.

ഭൂമിലാലിന് തന്റെ നാസാരന്ധ്രങ്ങളിലേക്ക് അഭൗമമായൊരു ഗന്ധം പടർന്നു കയറുന്നതുപോലെ തോന്നി...

നിങ്ങളിത്തിരി വൈകിപ്പോയല്ലോ ഭൂമിലാൽ...

ഇനി നിങ്ങൾക്ക് ഈ നഗരത്തിൽ എന്താണ് കാണാനുണ്ടാവുക...?

നിങ്ങളുടെ വരവ് കാത്തിരുന്ന ചിലരുണ്ടായിരുന്നു ഇവിടെ... കാഴ്ചകൾ തേടി നടക്കുന്ന നിങ്ങളുടെ കണ്ണുകൾ നിങ്ങളെ ഇവിടെ എത്തിക്കുമെന്ന് ഉറപ്പുണ്ടായിരുന്നവർ...

നിങ്ങൾ കാണുന്നതൊന്നും ഇല്ലാക്കാഴ്ചകളല്ലെന്ന് വിശ്വസിച്ചിരുന്നവർ...

പക്ഷേ, അവരിൽ അവസാനത്തെയാളും ഇന്നലെ അപ്രത്യക്ഷനായല്ലോ...

നോക്കൂ, നിലാവു പെയ്യുന്ന ഈ രാത്രിയിൽ വഴിയിലെവിടെയും നിങ്ങൾ ഒരാളെപ്പോലും കാണുന്നില്ലല്ലോ... ഈ നഗരത്തിലെ ഒരു വീട്ടിലും ഒരാൺകുട്ടി പോലും ശേഷിക്കുന്നില്ല...

രാത്രികളോടൊപ്പം അവരൊക്കെയും എങ്ങോട്ടെന്നില്ലാതെ അപ്രത്യക്ഷരായിക്കഴിഞ്ഞു...

ആദ്യം കാണാതായത് ഹെഡ്മാസ്റ്ററുടെ മകനെയായിരുന്നു.

നക്ഷത്രങ്ങളുടെ വെളിച്ചംപോലുമില്ലാത്ത ഒരു രാത്രിയിലാണ് അവൻ വീട്ടിൽനിന്ന് ഇറങ്ങിപ്പോയത്... സന്ധ്യക്കുമുമ്പ് പെയ്ത മഴയിൽ തെരുവു വിളക്കുകളൊക്കെ അണഞ്ഞുപോയിരുന്നു...

ഇരുട്ടിലാണ്ടുപോയ തെരുവിൽനിന്ന് ആരോ വിളിക്കുന്നുണ്ട് എന്നവന് തോന്നി...

ഇല്ല എന്ന് എത്ര പറഞ്ഞിട്ടും അവൻ നിന്നില്ല... ആ ശബ്ദത്തിനു നേരെ ഇറങ്ങിപ്പോയ അവൻ തിരിച്ചു വന്നതേയില്ല...

ഓരോ ദിവസവും ഓരോ ഭാഗത്ത്...

തെരുവിന്റെ കിഴക്കേയറ്റത്തുള്ള ജില്ലാ ആശുപത്രിയിലെ ഡോക്ടറുടെ മകൻ...

പിറ്റേന്ന് പടിഞ്ഞാറേ അറ്റത്തുനിന്ന് ആശാരിയുടെ മകൻ...

അങ്ങനെയങ്ങനെ...

മറ്റാരും കേൾക്കാത്ത ഒരു വിളി രാത്രിയിൽ അവർ മാത്രം കേൾക്കുന്നു...

എത്ര തടുത്താലും നില്ക്കാനാവാത്തത്ര വേഗത്തിൽ അവരുടെ കാലുകൾ ഇരുട്ടിലേക്ക് നടന്നുപോകുന്നു...

ഒരിക്കലും തിരിച്ചുവരാത്ത ഏതു യാത്രയിലേക്കാണ് അവരൊക്കെ ഇറങ്ങിപ്പോയതെന്ന് ഞങ്ങൾക്കറിയില്ലല്ലോ ഭൂമിലാൽ...

അയാൾ മെല്ലെ പറഞ്ഞു.

പക്ഷേ, അവസാനത്തെ ആൺകുട്ടിയും ഇരുട്ടിൽ ലയിച്ചു കഴിഞ്ഞപ്പോൾ രാജകിങ്കരന്മാർ ഉണർന്നു.

അവരൊക്കെ പോയത് രാജാവിനെതിരെയുള്ള യുദ്ധത്തിന് കോപ്പുകൂട്ടാനാണത്രേ...

അയാൾ ശബ്ദം താഴ്ത്തി പറഞ്ഞു.

കാണാതെ പോയ കുട്ടികളാരെങ്കിലും തിരിച്ചുവരുന്നതും കാത്ത് രാത്രി മുഴുവൻ അവരിവിടെ ചുറ്റിനടക്കും.

ഇപ്പോൾ പറയൂ ഭൂമിലാൽ, ഞങ്ങടെ കുട്ടികൾ തിരിച്ചുവരണമെന്നോ വരാതിരിക്കണമെന്നോ ഞങ്ങൾ ആഗ്രഹിക്കേണ്ടത്...?

ഭൂമിലാലിന്റെ കാതിലേക്ക് മുറിഞ്ഞുപോയ പാട്ടിന്റെ ശീലുകൾ ഒഴുകി വന്നു തുടങ്ങിയിരുന്നു...

അയാളുടെ കണ്ണുകൾ നഗരത്തിന്റെ വാതിൽ കടന്നുവരുന്ന ചെറുപ്പക്കാരുടെ കൂട്ടത്തെ കണ്ടുതുടങ്ങിയിരുന്നു...

അവർ വലിയ തമ്പേറുകൾ ഉച്ചത്തിൽ കൊട്ടുകയും ഗംഭീരസ്വരത്തിലുള്ള കുഴലുകൾ ഊതി വിളിക്കുകയും ചെയ്യുന്നുണ്ട്.

അവരുടെ പാട്ടിന് ഒരേ താളവും ഒരേ ഈണവുമാണ്...

അവർ അടിവച്ചടിവച്ച് നഗരത്തിന്റെ ശൂന്യപാതയിലേക്ക് നടന്നുകയറിയതോടെ ഇരുട്ട് എങ്ങോട്ടെന്നില്ലാതെ ഓടിയൊളിക്കുകയും തീവ്രപ്രകാശത്തിന്റെ ഒരു വലിയ കമ്പളം അവിടേക്ക് നിവർന്നു വീഴുകയും ചെയ്തു...

ഭൂമിലാൽ നോക്കി നോക്കിയിരിക്കേ രാജകിങ്കരന്മാർ ആ പാട്ടുസംഘത്തിനു നേരെ ഓടിയടുത്തു.

"രാത്രിയിൽ പാട്ടു പാടിക്കൂടെന്ന് നിങ്ങൾക്കറിയില്ലേ...?"

കുട്ടികളിലൊരാൾ (അത് ഹെഡ്മാസ്റ്ററുടെ മകനായിരുന്നു.) കൈയുയർത്തി തടഞ്ഞപ്പോൾ കൊട്ടും പാട്ടും നിശ്ശബ്ദമായി.

"രാത്രിയിൽ പാടരുതെന്നല്ല പാട്ടേ പാടിക്കൂടെന്നല്ലേ ഇവർ നമ്മോട് പറഞ്ഞത്...?"

അവൻ കൂട്ടത്തോട് ചോദിച്ചു.

"അതേ..."

"പാട്ട് പാടുന്നത് രാജാവിന് ഇഷ്ടമല്ല എന്നിവർ പറഞ്ഞില്ലേ...?"

"പറഞ്ഞു... പറഞ്ഞു..."

"നമുക്കങ്ങനെ പാട്ടു നിർത്താനാവുമോ...?"

"ഇല്ലേയില്ല..."

തമ്പേറുകൾ ഉച്ചത്തിൽ ശബ്ദിച്ചു...

"നമ്മുടെ പാട്ടിനെ തടവിലിടാൻ നമ്മളൊരുക്കമൊണോ...?"

"അല്ല, അല്ല, അല്ലേയല്ല..."

കുട്ടികളുടെ പാട്ട് ഉച്ചത്തിൽ മുന്നോട്ട് നടന്നു തുടങ്ങി...

രാജകിങ്കരന്മാർ അവരെ ചെറുക്കാനാവാതെ രണ്ടു വശങ്ങളിലേക്കും മാറി നില്ക്കുകയും അവസാന വരിയിൽ കുട്ടികളോടൊപ്പം നടന്നു പോവുകയും ചെയ്തു...

അപ്പോൾ നിലാവ് അസ്തമിച്ചിരുന്നു.

രഞ്ജൻ ചൗധരിയോടൊപ്പം ഭൂമിലാലിനെ കാണാൻ മറ്റു ചിലരും കൂടി വന്നിരുന്നു...

കാണാതാവുന്നവരുടെ നഗരത്തിൽ കണ്ട ചില മുഖങ്ങൾ ഭൂമിലാലിന് എങ്ങനെയോ ഓർമ്മ വന്നു... സ്വപ്ന ജാഗരങ്ങൾ തമ്മിലുള്ള നൂലകലം അത്രയേറെ നേർത്തിരുന്നല്ലോ അയാളിൽ...

താങ്കളിനി കാഴ്ചകൾ കാണരുത് ഭൂമിലാൽ... കാഴ്ചകളുടെ വിദ്യുത് തരംഗങ്ങളെ തരണം ചെയ്യാനുള്ള ശേഷി ഇനി താങ്കളുടെ ബോധകോശങ്ങൾക്കില്ലല്ലോ ഭൂമിലാൽ...

കാഴ്ചകളൊന്നുമില്ലാത്ത ഒരു മഹാശൂന്യതയിലേക്ക് ആഴ്ന്നു പോകണം എന്ന് ആഗ്രഹമില്ലാഞ്ഞിട്ടാണോ...

ഏറെ നീണ്ട ഒരുറക്കത്തിൽ എല്ലാ വിഭ്രംശങ്ങളും ഇറക്കി വയ്ക്കാൻ എത്രമേൽ ശ്രമിക്കുന്നുണ്ടെന്ന് രഞ്ജനറിയില്ലല്ലോ...

പക്ഷേ, സാധിക്കുന്നില്ലല്ലോ...

ഒന്നിൽനിന്ന് ഒന്നിലേക്ക് കാഴ്ചകൾ തന്നെ വലിച്ചുകൊണ്ടു പോവുകയാണല്ലോ...

പനിനീർപുഷ്പങ്ങളുടെ നഗരം

ഒരു വലിയ തടാകത്തിനു ചുറ്റുമാണ് പനിനീർ പുഷ്പങ്ങളുടെ ആ നഗരം പൂത്തുനിന്നിരുന്നത്...

ഭൂമിലാൽ തന്റെ ചെറിയ തോണിയിൽ പൂക്കളുടെ ഇടയിലേക്ക് തുഴഞ്ഞെത്തുമ്പോൾ സന്ധ്യ മയങ്ങുകയും മഞ്ഞ് വീണു തുടങ്ങുകയും ചെയ്തിരുന്നു.

ചെമ്മരിയാടുകളും കുട്ടികളും സന്ധ്യയുടെ അരികിലൂടെ തിരക്കു പിടിച്ചു നടന്നു പോകുന്നുണ്ട്.

വളഞ്ഞുനീണ്ട വീതി കുറഞ്ഞ പാതകളിൽ പൂവിതളുകൾ അലസമായി വീണുകിടക്കുന്നു.

മെല്ലെ തണുപ്പ് ഞരമ്പുകളെ കീഴടക്കുകയും ഒരാലസ്യത്തിലേക്ക് വീണുപോവുകയും ചെയ്യുമ്പോൾ ഭൂമിലാലിന്റെ ഉള്ളിലെ പാതി തരംഗത്തിന്റെ വൈദ്യുതാവൃത്തി വല്ലാതെ ഉത്തേജിതമായിരുന്നു.

കാതുകളിൽ ഒരു തേനീച്ചക്കൂട്ടത്തിന്റെ മൂളലായാണ് അതു കേട്ടുതുടങ്ങിയത്.

അടഞ്ഞ കണ്ണുകൾക്കു മുന്നിൽ ആകാശത്തിന്റെ ഉയരത്തിൽനിന്ന് നക്ഷത്രങ്ങൾ അടർന്നു വീഴുമ്പോലെ...

കാണെക്കാണെ നക്ഷത്രങ്ങൾ വെളിച്ചപ്പൊട്ടുകളായിത്തീരുകയും തേനീച്ചകളുടെ ഇരമ്പം സൈനികരുടെ പരുക്കൻ ട്രക്കുകളുടെ മുരൾച്ചയാവുകയും ചെയ്തു...

അതൊരു വലിയ സൈന്യ സംഘമായിരുന്നു...

അവർ തടാകത്തിന്റെ പുറത്ത് നില്ക്കുകയും അവരുടെ മേധാവി രണ്ട് അംഗരക്ഷകരോടൊപ്പം ഭൂമിലാലിന്റെ അടുത്തേക്ക് വരികയും ചെയ്തു...

പനിനീർപുഷ്പങ്ങളുടെ ഈ നഗരം നമ്മളിപ്പോൾ നശിപ്പിക്കാൻ പോവുകയാണ്...

അയാൾ പറഞ്ഞു.

ഇവിടെ നിന്നുള്ള തീവ്രസുഗന്ധം അടുത്ത നഗരങ്ങളിലേക്ക് പടരുന്നതുകൊണ്ട് ഒട്ടൊന്നുമല്ല ബുദ്ധിമുട്ട്...

ഗന്ധങ്ങളുടെ നുഴഞ്ഞുകയറ്റം നഗരാതിർത്തിക്കരാറുകളുടെ ലംഘനമായി പരിഗണിക്കുന്നതിനാൽ ഈ നഗരത്തിനു നേരെ സൈന്യം ഇപ്പോൾ യുദ്ധം തുടങ്ങും...

ഭൂമിലാൽ നോക്കിയിരിക്കെ സൈന്യം ഒരേ താളത്തിൽ അവരുടെ തോക്കുകൾ ഉയർത്തുകയും ഏകതാനമായ ഒരു വെടി ശബ്ദത്തിൽ തടാകത്തിനു ചുറ്റും പനിനീർച്ചെടികളുടെ മൃതശരീരങ്ങൾ ചിതറി വീഴുകയും ചെയ്തു...

ആകാശത്തുനിന്ന് വെളിച്ചത്തിന്റെ അവസാന തുള്ളിയും അപ്രത്യക്ഷമാവുമ്പോൾ ഭൂമിലാലിന്റെ ബോധമണ്ഡലത്തിലേക്ക് ഇരുട്ട് അരിച്ചുകയറുകയായിരുന്നു.

നോക്കൂ രഞ്ജൻ, എനിക്കു പോകണം... ഇനിയും വയ്യ.

ഈ കാഴ്ചകളൊക്കെ കുടഞ്ഞുകളഞ്ഞ് എനിക്ക് പോയേ മതിയാവൂ...

ഞാനെന്റെ കണ്ണുകൾ നിങ്ങൾക്കു തരട്ടെ എന്നു ചോദിക്കാനാണ് കാണണമെന്നു പറഞ്ഞത്...

പക്ഷേ, വേണ്ട രഞ്ജൻ... ഇവ കാണിച്ചുതരുന്ന കാഴ്ചകളൊന്നും നിങ്ങൾക്ക് താങ്ങാനാവില്ലല്ലോ...

ഭൂമിലാൽ കത്തുന്ന ഉച്ചവെയിലിലേക്ക് ഇറങ്ങി നടന്നു...

ദൂരെ മലകൾ അതിരിടുന്ന, മഞ്ഞുപെയ്യുന്ന താഴ്വരയിലെ ആശുപത്രിക്കു നേരെ ആകാശത്തുനിന്ന് തീമഴ പെയ്യുന്നതും ജീവനുള്ള

തീപ്പന്തങ്ങളായി സ്ത്രീകളും കുട്ടികളും പുറത്തേക്ക് പാഞ്ഞു പോകുന്നതും അന്നു രാത്രി രഞ്ജൻ ചൗധരി പാതിമയക്കത്തിൽ കിനാവു കണ്ടു. നിന്നുകത്തുന്ന തീയുടലുകൾക്ക് നേരെ വെടിയുണ്ടകൾ പായിച്ചുകൊണ്ട് ആർത്തു ചിരിക്കുന്ന ചക്രവർത്തിയുടെ മുഖം അയാൾക്ക് അപരിചിതമായി തോന്നിയേയില്ല.

അപ്പോൾ ദൂരെയൊരു ഗ്രാമത്തിൽ ഭൂമിലാൽ തന്റെ കണ്ണുകൾ ഇളക്കിയെടുത്ത് കഴുകന്മാർക്ക് തീറ്റ നല്കുകയായിരുന്നു.

ജോസഫ്

അനന്തരം മറിയ വേദപുസ്തകം അടച്ചുവച്ച് ഈ അപ്പനിതെവിടെപ്പോയി എന്ന് വിചാരിച്ച് അപ്പനെ കാത്തിരുന്നു.

മറിയയുടെ അപ്പൻ ലോന... ലോനയ്ക്ക് താലൂക്കാസ്പത്രീടെ മുന്നിൽ ചായക്കടയുണ്ട്. നാലു സൈക്കിൾ ചക്രങ്ങളിൽ ഉരുട്ടിക്കൊണ്ടു പോകാവുന്ന ഉന്തുവണ്ടിയാണ് അതെങ്കിലും ഇന്നുവരെ അത് എവിടേക്കും നീങ്ങിപ്പോകുന്നത് ആരും കണ്ടിട്ടില്ല. നാലു ചക്രങ്ങളും പഞ്ചറായിപ്പോയ വണ്ടിയെ നോക്കി ഒരിക്കൽ ഒരാൾ ചോദിച്ചു.

“അല്ല ലോനച്ചായോ.. വണ്ടിക്ക് വലത്തോട്ടൊരു ചായ്‌വുണ്ടോന്നൊരു സംശയം..”

“നീയിങ്ങോട്ട് വന്നേ..” എന്ന് ലോന അയാളെ വണ്ടിയുടെ മറുഭാഗത്തുനിന്ന് വിളിച്ചു.

“ഇപ്പോൾ ചായ്‌വെങ്ങോട്ടാ..”

“ഇടത്തോട്ട്..”

“ആ അത്രേയുള്ളൂ.. ചിലപ്പോൾ ഇടത്തോട്ട് ചിലർക്ക് വലത്തോട്ട്.. ചിലപ്പോൾ ചായ്‌വേ ഇല്ല.”

ലോനയുടെ അപ്പൻ വർക്കി.. വർക്കിച്ചായന് ഇത്തിരി കിഴക്കോട്ട് നീങ്ങി ഒരു ഷാപ്പുണ്ട്.

അപ്പനിങ്ങനെ ഷാപ്പു നടത്തുന്നത് ലോനയ്ക്ക് കുറച്ചിലാണ്. അയാളത് തരം കിട്ടുമ്പോഴൊക്കെ പറയും.

തന്തയ്ക്കിതിന്റെ വല്ല ആവശ്യോമുണ്ടോ എന്നാണ് ലോനയുടെ പതിവു ചോദ്യം.

അവൻ നടത്തുന്നത് സ്റ്റാർ ഹോട്ടലാണല്ലോ..... അല്ലെങ്കിൽ പിന്നെ അവൻ തരട്ടെ എനിക്ക് ബീഡിക്കും ചായയ്ക്കും കാശ് എന്ന വർക്കിച്ചന്റെ

ആവശ്യത്തിനു മുന്നിൽ ലോന നിശ്ശബ്ദനാവും. വർക്കിച്ചന് എന്തു കൊടുക്കാനും ലോന തയ്യാറാണ്. പക്ഷേ, അയാൾക്കറിയാം, അപ്പനത് വാങ്ങില്ലെന്ന്. അപ്പനയാളോടൊന്ന് മിണ്ടിയിട്ട് വർഷം പത്തായി.

കത്രീനയായിരുന്നു അപ്പന്റെയും മകന്റേയും ഇടയിലെ പാലം.

നിന്റെ കെട്ടിയവനോട് പറ, രാവിലെ അടയ്ക്കാ പറിക്കാൻ തോട്ടത്തിൽ പോകാൻ എന്ന് വർക്കി കത്രീനയെ ഏല്പിക്കും..

നിന്റപ്പനോട് പറ എനിക്കു നാളെ പറ്റത്തില്ലാന്ന് എന്ന് ലോനയും കത്രീനയെ ഏല്പിക്കും.

എന്റപ്പാ എന്നേ കത്രീന വിളിക്കുമായിരുന്നുള്ളൂ.

പെണ്ണേ എന്നു മാത്രം വർക്കിച്ചനും അവളെ വിളിച്ചു.

ഒരു സന്ധ്യനേരത്ത് കത്രീന ആരോടും ഒന്നും പറയാതെ ആ പഴയ വീടിന്റെ തട്ടിൻപുറത്ത് തുണികൾ ഉണക്കാനിട്ടതിന്റെ കൂടെ തൂങ്ങി നില്ക്കുന്നത് ആദ്യം കണ്ടത് ലോനയാണ്.

വർക്കി മറിയയെയും ചുമലിലിരുത്തി ഇത്തിരിനേരം മുമ്പാണ് പാടത്തിനു നടുവിലൂടെ കവലയിലേക്ക് പോയതെന്ന് അയൽക്കാരാരൊക്കെയോ പറഞ്ഞു.

അന്ന് പോയതാണ് വർക്കി ആ വീട്ടിൽനിന്ന്.

അവളില്ലാതെ എങ്ങനാ.. എന്നാണയാൾ പറയുന്നത്.

ലോനക്ക് ഇപ്പോഴും മനസ്സിലായിട്ടില്ല കത്രീന എന്തിനാണത് ചെയ്തതെന്ന്.

“അതങ്ങനെയാ ലോനേ.. ചിലർ എന്തിനാണ് അങ്ങനെ ചെയ്യുന്നതെന്ന് എന്ന് നമുക്കാർക്കും മനസ്സിലാവില്ല. നമ്മക്കൊന്നും കാണാൻപറ്റാത്ത എന്തൊക്കെയോ കാണുന്നവരാണവർ.”

ജോസഫ് ഒരു ദിവസം ലോനയോട് പറഞ്ഞു. ജോസഫ് മോർച്ചറിയിൽ ജോലിക്കു ചേർന്ന ആദ്യത്തെ ദിവസമായിരുന്നു അത്. അന്ന് ഒരേ ഒരു മരണാനന്തര ശസ്ത്രക്രിയയേ ഉണ്ടായിരുന്നുള്ളൂ. ആരോടും പറയാതെ ജീവിതത്തെ വഴിയിൽ ഊരിവച്ചുപോയ ഒരു സ്ത്രീ. എന്തിനാണവർ അതു ചെയ്തത് എന്നറിയാത്ത ഒട്ടനവധി പേർ ആസ്പത്രിമുറ്റത്ത് ചോദ്യചിഹ്നങ്ങളെപ്പോലെ അലഞ്ഞു നടക്കുന്നത് ജോസഫ് കണ്ടു.

ആത്മഹത്യ ചെയ്ത സ്ത്രീകൾ മോർച്ചറിയിലെത്തുന്ന ദിവസം ലോനയ്ക്ക് വല്ലാത്ത വെപ്രാളമാണ്. അയാൾ വണ്ടിപ്പീടികയിൽനിന്ന് പുറത്തിറങ്ങി പലതവണ ആസ്പത്രിമുറ്റത്തു ചെന്നുനില്ക്കും. കൈകൾ കൂട്ടിത്തിരുമ്മി അവിടെനിന്നു തിരിച്ചുനടക്കും. ഒടുവിൽ മോർച്ചറിയുടെ വാതിൽ തുറന്ന് പുറത്തുവരുന്ന ജോസഫിനെ കാണുമ്പോൾ അയാളുടെ മുഖത്ത് വല്ലാത്തൊരാനന്ദം വന്നുനിറയും.

എന്തിനായിരുന്നു എന്ന ഒറ്റ ചോദ്യമേ ലോന ചോദിക്കുകയുള്ളൂ എന്ന് അയാൾക്കറിയാം.

ആവോ എന്ന മറുപടിയല്ലാതെ മറ്റൊന്നും ജോസഫ് പറയില്ല എന്ന്

ലോനയ്ക്കുമറിയാം.

എന്നാലും ലോനയുടെ ചോദ്യവും ജോസഫിന്റെ ഉത്തരവും അവസാനിച്ചതേയില്ല.

ഇപ്പോഴിപ്പോൾ ലോനയ്ക്ക് രാവിലെ എത്രയും പെട്ടെന്ന് പീടികയിലെത്തണമെന്നാണ്.

"അപ്പൻ ചെന്നിട്ട് വേണോ അവിടെ ആസ്പത്രി തുറക്കാൻ?"

പോകാൻ തിരക്കുകൂട്ടിയ അപ്പനോട് മറിയ ചോദിച്ചു. അവൾ അപ്പനോട് ധൃതി വക്കലാണല്ലോ പതിവ്.

അപ്പാപ്പനെ കാണാൻതോന്നുന്ന ദിവസങ്ങളിൽ മാത്രമേ അവൾ അപ്പന്റെ കൂടെ പീടികയിലേക്ക് പുറപ്പെടാറുള്ളൂ. മറിയ അപ്പാപ്പനെ കാണാൻ പോകുന്നത് ലോനയ്ക്ക് ഒട്ടും ഇഷ്ടമായിട്ടല്ല, പക്ഷേ, അവളുടെ ഒരിഷ്ടവും വേണ്ടെന്നു പറയാൻ അയാൾക്കാവില്ലല്ലോ..

മറിയയ്ക്കറിയാം വർക്കി അവൾ ചെല്ലുന്നത് കാത്തിരിക്കുമെന്ന്. അവളോടു മാത്രമാണ് അയാൾ ലോനയെക്കുറിച്ച് നല്ലതു പറയുക..

"അപ്പന് ഏനക്കേടൊന്നുമില്ലല്ലോ മോളേ.."

"ഇല്ല അപ്പാപ്പാ..."

അപ്പോൾ വർക്കി ഒരു ദീർഘശ്വാസമെടുക്കും. ശേഷം ചുമലിലെ തോർത്തുകൊണ്ട് മുഖം അമർത്തിത്തുടയ്ക്കും.

ഓരോ തവണ തിരിച്ചു പോരുമ്പോഴും അപ്പാപ്പൻ വീട്ടിലേക്കു വാ എന്നു വിളിക്കണമെന്ന് അവളും അവളോടൊപ്പം ചെന്ന് അവനെ ഒന്നു കാണണമെന്ന് വർക്കിയും വിചാരിക്കാറുണ്ട്.

അവൾ അപ്പാപ്പന്റെ രണ്ടു കൈയും കൂട്ടിപ്പിടിച്ച് അയാളുടെ വെള്ള പടർന്ന കണ്ണുകളിൽ നോക്കിയിരിക്കും. അയാൾ രണ്ടു കുപ്പി പുതിയ കള്ളും അന്നുണ്ടാക്കിയ കറിയും ഒരു സഞ്ചിയിലാക്കി അവൾക്കു കൊടുത്തിട്ട് പറയും..

"നിന്റപ്പന് ഇതൊന്നും വേണ്ടിവരില്ല.."

അപ്പാപ്പന്റടുത്തുനിന്ന് തിരിച്ചു വരുമ്പോഴാണ് മറിയയെ ജോസഫ് ആദ്യമായി കാണുന്നത്. അന്നയാൾക്ക് പണിയൊന്നുമില്ലാത്ത ദിവസമായിരുന്നു.

"അതിനുംവേണ്ടി ഇന്നലെ എന്റെ ലോനച്ചായോ.. നാലെണ്ണത്തിനെയല്ല്യോ ഞാനീ കൈകൊണ്ട്...." ജോസഫ് സ്വന്തം കൈകളിലേക്ക് നോക്കി.

ലോന ഇരുന്നിടത്തുനിന്ന് എഴുന്നേറ്റുവന്ന് അയാളുടെ കൈകൾ മെല്ലെ പിടിച്ചുനോക്കി. പിന്നെ അത് മൂക്കിൽ ചേർത്ത് അതിലെ മണം ആഞ്ഞുവലിച്ചു.

അതിൽ രണ്ടെണ്ണം വലിയ സങ്കടമായി. ഒരു ചെക്കനും പെണ്ണും..

ജോസഫ് മറിയയെ നോക്കി.

"എന്റെ മോളാ.." ലോന അവളെ ജോസഫിന് പരിചയപ്പെടുത്തി.

"അവൾ അപ്പാപ്പന്റടുത്ത് പോയിട്ട് വരുന്ന വഴിയാ.." ലോന സഞ്ചി

യിൽനിന്ന് കള്ളെടുത്ത് പുറത്തുവച്ചു.

"അപ്പാ... വേണ്ട..."

വീട്ടിൽവന്നേ കുടിക്കൂ എന്നാണ് ലോനയും മറിയയും തമ്മിലുള്ള വാക്ക്. അതയാൾ തെറ്റിക്കാറേയില്ല.

അയാൾ കുപ്പി സഞ്ചിയിലേക്കു തന്നെ വച്ച് ജോസഫിനു നേരെ തിരിഞ്ഞു.

"ഒരു ചെക്കനും പെണ്ണും. എന്നിട്ട്..?"

"രണ്ടാളും കല്യാണം കഴിച്ചു കൊടുക്കണമെന്ന് അപ്പനമ്മമാരോട് ആവും പാടും പറഞ്ഞു. ആരു കേൾക്കാൻ. ഒരു നിവൃത്തിയുമില്ലാന്നു കണ്ടപ്പോൾ രണ്ടാളും ഫോണിൽ വിളിച്ച് വൺ ടു ത്രീ പറഞ്ഞ് ഒരേ സമയം തൂങ്ങി. രണ്ടാളേം ഇന്നലെ വൈകുന്നേരം കൊണ്ടുവന്ന് മോർച്ചറിയിൽ കിടത്തി. ഒരു രാത്രി മുഴുവൻ രണ്ടുപേരും ഒരേ മുറിയിൽ. രാവെളുക്കുവോളം വർത്താനം പറഞ്ഞു കിടന്നിട്ടുണ്ടാവും..."

ജോസഫ് ഒരിക്കൽക്കൂടി മറിയയെ നോക്കി. അവൾ പെട്ടെന്ന് കണ്ണുകൾ പിൻവലിച്ച് വേറെവിടെയോ നോക്കുന്നതായി നടിച്ചു. അന്നു വൈകുന്നേരം ലോനയോടൊപ്പം ജോസഫ് വീട്ടിലേക്കു വരുമെന്ന് അവൾക്കുറപ്പായിരുന്നല്ലോ.

കോലായയിൽ വിരിച്ചിട്ട തടുക്കിൽ ചമ്രം പടിഞ്ഞിരുന്ന് ലോനയും ജോസഫും മറിയയുണ്ടാക്കിയ മുളകു ചമ്മന്തിയിൽ മുക്കി കപ്പ പുഴുങ്ങിയത് തിന്നുകയും വർക്കി കൊടുത്തുവിട്ട കള്ള് വരട്ടിയ പന്നിയോടൊപ്പം കുടിച്ചുതീർക്കുകയും ചെയ്തു.

"ഇനി ഇത്തിരി കട്ടൻചായകൂടി വേണം." ജോസഫ് പറഞ്ഞു.

ഈ എരിവിന് ചൂടുചായ കൂടി ചേർന്നാൽ.. അയാൾ രുചി ആസ്വദിക്കുന്നതിന്റെ ആഹ്ലാദ ശബ്ദമുണ്ടാക്കി.

മറിയ കട്ടൻചായ മുന്നിൽ വച്ചപ്പോൾ അയാൾ പറഞ്ഞു.

"പക്ഷേ, ലോനച്ചായാ.. ഞാൻ കഴിച്ച ഏറ്റവും രുചിയുള്ള ഭക്ഷണം ഇതൊന്നുമല്ല."

അയാൾ ഗ്ലാസ് കൈയിലെടുത്ത് ഒരിറക്ക് കുടിച്ച് മറിയയെ നോക്കി.

അയാൾക്കപ്പോൾ താൻ നില്ക്കുന്നത് ഏതോ ഒരു തീവണ്ടി സ്റ്റേഷന്റെ മുമ്പിലെ ചെറിയ ഉന്തുവണ്ടിയുടെ മുന്നിലാണെന്ന് തോന്നി. ഭേൽപുരിയും ചന്ന മസാലയും ആവി പറക്കുന്ന പുഴുങ്ങിയ ചോളവും വില്ക്കുന്ന ഒരു മുഷിഞ്ഞ മഖാനി.

ഏതൊക്കെയോ തീവണ്ടികൾ വന്നു പോകുന്നതിന്റെ അവ്യക്തമായ അറിയിപ്പുകൾ കേൾക്കാനുണ്ട്. പലതരം ശബ്ദങ്ങളുടെയും പലതരം കാഴ്ചകളുടേയും ഒരു കോക്ടെയിൽ..

കറുത്ത ചീനച്ചട്ടിയുടെ അരികിൽ മുട്ടി ശബ്ദമുണ്ടാക്കുകയും പെട്രോമാക്സിന് കാറ്റടിക്കുകയും ചെയ്യുന്ന അയഞ്ഞ കാലുറയും വലബനിയനും തലപ്പാവും ധരിച്ച പീടികക്കാരൻ ജോസഫിനെ കണ്ടപ്പോൾ തന്റെ പണി നിർത്തി അയാളുടെ അടുത്തേക്ക് വന്നു.

ഇടംവലം നോക്കി അയാളുടെ മടിക്കുത്തിൽ തിരുകിവച്ച രണ്ടു പൊതികൾ ജോസഫിനു നല്കുകയും ജോസഫ് കീശയിൽ നിന്ന് ചുരുട്ടിയ രണ്ടു നോട്ടുകൾ അയാൾക്കു കൈമാറുകയും ചെയ്തു.

"രണ്ടു പൊതി മരുന്ന്." ജോസഫ് പറഞ്ഞത് ലോനയും മറിയയും കേട്ടു.

"അവിടെ വച്ചുതന്നെ പൊതികൾ തുറന്ന് തീരെ ചെറിയ അഞ്ചോ ആറോ ചുരുളുകളാക്കും. എന്നിട്ട് നേരെചെന്ന് ഏതെങ്കിലും തീവണ്ടിയുടെ ജനറൽ കമ്പാർട്ട്മെന്റിൽ കയറും."

കാലു കുത്താനിടയില്ലാത്ത തീവണ്ടിയിലെ ചീഞ്ഞ പച്ചക്കറിയുടെയും നനഞ്ഞ ആട്ടിൻ രോമത്തിന്റെയും ഗന്ധം ജോസഫിന് ഇപ്പോൾ അനുഭവിക്കാൻ പറ്റുന്നുണ്ട്.

"ഭായ്, രാസ്താ ദേ ദോ.."

"കിധർ ജാതേ തൂ..." അയാൾ വായിൽവന്ന തെറി ചിലപ്പോൾ പറഞ്ഞെന്നു വരില്ല. എന്നാലും ജോസഫ് മറുപടി പറയും.

"അഗലേ സ്റ്റേഷൻ തക്.."

തട്ടിയും മുട്ടിയും ആ തിരക്കിലൂടെ നടക്കുമ്പോൾ മരുന്ന് വാങ്ങാൻ നില്ക്കുന്നവരെ ജോസഫിന് വേഗം തിരിച്ചറിയാം. തിരക്കിലറിയാതെ എന്നപോലെ കാലിൽ ഒന്നമർത്തിച്ചവിട്ടിയാൽ ആവശ്യക്കാരൻ തലയുയർത്തും..

അടുത്ത സ്റ്റേഷനിൽ വണ്ടി കിതച്ചു നില്ക്കുമ്പോഴേക്ക് കൈയിലുള്ള മരുന്ന് വിറ്റുതീരും. വണ്ടി നില്ക്കുന്നതിനു മുമ്പേ ചാടിയിറങ്ങുന്നവരെ കണ്ടാൽ പൊലീസുകാർക്കറിയാം. രുകോ രുകോ എന്ന് വിളിച്ച് പിന്നാലെയോടുന്ന അയാളെ ഉച്ചത്തിൽ തെറി പറഞ്ഞ് പാലത്തിന്റെ ചുവട്ടിൽ ചെന്ന് ആകാശം നോക്കിക്കിടക്കുകയോ ആക്രിച്ചന്തയിൽ ചുറ്റി നടക്കുകയോ ചെയ്യുമ്പോഴും കീശയിലെ കാശെങ്ങനെ ചെലവാക്കാം എന്നാണാലോചിക്കുക. അതു മുഴുവൻ ചെലവാക്കിയിട്ടു വേണമല്ലോ അടുത്ത പൊതി മരുന്നു വാങ്ങി വേറൊരു വണ്ടിയിൽ വേറൊരു സ്റ്റേഷനിൽ എത്താൻ..

നേരമിരുട്ടിയിട്ടും കൈയിൽ ബാക്കിയായ ഒരു നോട്ട് ചെലവാക്കാനാണ് രണ്ടി മാർഗ്ഗിലേക്ക് പോയത്.. ദിവസങ്ങളായി നോക്കിവച്ച ഒരുത്തിയുണ്ടവിടെ. ഇരുനിറക്കാരി. ചതുരമുഖമുള്ളവൾ..

അവളപ്പോൾ അന്നത്തെ എത്രാമത്തെയോ ഇടപാടുകാരനെ യാത്രയാക്കുകയായിരുന്നു. അയാളവൾക്ക് തന്റെ നീണ്ട ജുബ്ബയുടെ തെറുത്തുവച്ച കൈ നിവർത്തി അതിൽ നിന്നെടുത്ത ഒരു കറൻസി കൂടി നല്കി മനസ്സില്ലാ മനസ്സോടെ ഇറങ്ങിപ്പോയി.

ഇരിക്ക് എന്നുപറഞ്ഞ് മുടി ഒന്നുകൂടി അഴിച്ചുകെട്ടി ആ മുറിയെ രണ്ടായി തിരിക്കുന്ന തിരശ്ശീലയ്ക്കപ്പുറത്തേക്ക് പോയ അവൾ സമയം കുറേക്കഴിഞ്ഞിട്ടും തിരിച്ചുവന്നില്ല.

ഇടുങ്ങിയ മുറിയാകെ ഉള്ളിയും പരിപ്പും വേവുന്ന ഗന്ധം. ചെന്നു

നോക്കുമ്പോൾ അവൾ മണ്ണെണ്ണ സ്റ്റൗവിൽ പാചകത്തിലാണ്.

"ഇപ്പോ കഴിയും.." അവൾ ചിരിച്ചു.

"തിരക്കൊന്നുമില്ലല്ലോ..?"

അവൾ അടുപ്പിലെ തീ ഇത്തിരിക്കൂടി കൂട്ടിവച്ചു.

അവളോടൊപ്പം നിലത്ത് കാലും നീട്ടിയിരുന്നു.

അന്നവൾ വിളമ്പിയ അവളുടേതിൽ പാതി ഭക്ഷണമാണ് ഇന്നോളം കഴിച്ചതിൽ ഏറ്റവും രുചികരം. വിശപ്പുമാറാൻ മാത്രം അതുണ്ടായിരുന്നില്ല.

വെറുംനിലത്ത് നീണ്ടുനിവർന്നു കിടന്ന തന്റെയടുത്ത് അവളും വന്നുകിടന്നു.

"ഞാൻ നിനക്ക് എന്താണ് ചെയ്തുതരേണ്ടത്?" അവൾ ചോദിച്ചു.

"ഇപ്പോൾ നീ തന്ന ആഹാരത്തിന്റെ രുചി പഠിപ്പിച്ചു തരാമോ?"

അവൾ ചിരിച്ചു.

ചെറിയ ജനാലയിലൂടെ അസ്തമന സൂര്യന്റെ ചുവന്ന വെളിച്ചം അരിച്ചു വരുന്നുണ്ടായിരുന്നു. ഉള്ളിലൂടെ ഏതൊക്കെയോ പുരാതനമായ രുചിക്കൂട്ടുകൾ തികട്ടിത്തികട്ടി വരുന്നു.

എഴുന്നേറ്റിരുന്ന് അവളുടെ നെറ്റിയിൽ ചുംബിച്ചു.

പോക്കറ്റിലുണ്ടായിരുന്ന പണമെടുത്ത് അവളുടെ കൈയിൽ പിടിപ്പിച്ച് പുറത്തേക്കു നടന്നു.

എത്ര കുടഞ്ഞുകളഞ്ഞിട്ടും പോകാതെ ഒരു പ്രകമ്പനം തലച്ചോറിലാകെ.. ആൾക്കൂട്ടത്തിനിടയിലൂടെ അതിവേഗം നടന്നു. കാലുകൾ കുഴഞ്ഞിട്ടും ഉടലാകെ തളർന്നിട്ടും നില്ക്കാൻ തോന്നിയതേയില്ല.

പോകണം പോകണം എന്നൊരൊറ്റ പിടച്ചിൽ.. കിട്ടിയ വണ്ടിക്ക് കയറി.. വരണ്ട ഉഷ്ണനിലങ്ങളിലൂടെയും തീപിടിച്ച ശൂന്യസ്ഥലികളിലൂടെയും അലഞ്ഞ് നാട്ടിലെത്തിയപ്പോൾ അമ്മച്ചിയുടെ ശവമടക്ക് കഴിഞ്ഞ് ആൾക്കാർ പിരിയുന്നതേയുണ്ടായിരുന്നുള്ളൂ.

ജോസഫ് മുറ്റത്തിറങ്ങി കൈ കഴുകി കുലുക്കുഴിഞ്ഞ് നീട്ടിത്തുപ്പി. ചുവന്ന സൂര്യവെളിച്ചത്തിൽ ചോരത്തുള്ളികൾപോലെ വെള്ളം ചിതറി വീണപ്പോൾ ജോസഫിന് ചിരിക്കാൻ തോന്നി.

"ഞാൻ പോണ്.. അപ്പനോട് പറഞ്ഞേക്ക്.."

ചിരികേട്ട് പുറത്തേക്കുവന്ന മറിയയോട് ജോസഫ് പറഞ്ഞു. ഉടുമുണ്ട് ഒന്നുകൂടി കയറ്റി മടക്കിക്കുത്തി ഒരു ബീഡിയും കത്തിച്ച് അയാൾ അന്നുപോയ പോക്ക് മറിയയ്ക്ക് ഇപ്പോഴും കാണാം.

പിന്നീട് എത്രതവണ ജോസഫ് വന്നുവെന്ന് മറിയയ്ക്ക് നിശ്ചയമില്ല. അവൾ അപ്പാപ്പന്റടുത്ത് പോയിവരുന്ന ദിവസങ്ങളിലൊക്കെയും അയാളവളെ കാണാൻ വരികയും അപ്പാപ്പൻ കൊടുത്തുവിടുന്ന കള്ളും എരി കൂടുതലുള്ള കറിയും കഴിക്കുകയും ചെയ്തു.

ഇപ്പോൾ താൻ അപ്പാപ്പനെ കാണാൻ പോകുന്നതുതന്നെ ജോസഫിനു വേണ്ടിയാണല്ലോ എന്നവൾ സ്വയം ചിരിച്ചു.

വരുമ്പോഴൊക്കെ ജോസഫ് മരണാനന്തര ശസ്ത്രക്രിയയ്ക്കു വരുന്ന പെണ്ണുടലുകളെക്കുറിച്ച് പറഞ്ഞു.

"ചില ദേഹങ്ങൾ.. നമുക്കവയെ വേദനിപ്പിക്കാനേ തോന്നില്ല. ഒരു പോറലുപോലുമേല്ക്കാത്ത അവയിലേക്കെങ്ങനെയാണ് കത്തിയിറക്കുക എന്ന് ഒരുവേള നമുക്ക് വല്ലാതെ സങ്കടം വരും." ജോസഫ് പറഞ്ഞു.

കുളിമുറിയിൽ ഒളിച്ചുവച്ച ക്യാമറയിലെ ചിത്രങ്ങളെ പേടിച്ച് ആത്മഹത്യ ചെയ്തവളുടെ ഉടൽ വന്ന ദിവസമായിരുന്നു അത്.

"മറ്റുള്ളവർ കാണുന്നത് വെറും ചിത്രങ്ങളല്ലേ.. ഇവിടെയോ.. ആരൊക്കെയോ കാണുകയും തട്ടിയുരുട്ടുകയും വെട്ടിമുറിക്കുകയും ചെയ്യുന്നു. ഈ ഉടലിന്റെ പേരിൽ ചത്തുകളയുന്ന പെണ്ണുങ്ങളുണ്ടല്ലോ.. ശരിക്കും വെറും മണ്ടികളാ.."

ജോസഫ് മറിയയെ നോക്കി പറഞ്ഞു..

"ഓരോ ദേഹവും ഓരോ കഥയാണ് മറിയാ.. തലമുടിയിൽ പിടിച്ച് മരവിച്ച മാർബിൾ പലകയിൽ കിടത്തുമ്പോൾ മുതൽ അവ നമ്മോടു പറയുന്ന കഥകൾ അവസാനിക്കുകയേയില്ലെന്നു തോന്നും.

പാതിയടഞ്ഞുപോയ കണ്ണുകളിൽ അവർ മാത്രം കണ്ട ഒരവസാന കാഴ്ച നമുക്കാർക്കും പിടിതരാതെ ഒളിച്ചിരിക്കുന്നുണ്ടാവും. ചുരുട്ടിപ്പിടിച്ച കൈകളിൽ അവസാനം പിടിച്ച ഒരു ചൂണ്ടുവിരലിന്റെ ചൂട് ബാക്കിയുണ്ടാവും."

ജോസഫ് മറിയയുടെ അടുത്തേക്ക് നീങ്ങിയിരിക്കുകയും അവളുടെ കൈയിൽ മുറുകെ പിടിക്കുകയും ചെയ്തു.

ഇടത്തേ ചെവിയിലെ കല്ലടർന്നുപോയ മൊട്ടു കമ്മൽ പതുക്കെ അഴിച്ചെടുക്കെന്ന് ജോസഫ് പറഞ്ഞപ്പോൾ മറിയ അറിയാതെ അവളുടെ ചെവിയിൽ തൊട്ടുനോക്കി. നെഞ്ചിലും വയറിലും ഒരുമിച്ച് പിടിച്ച് ജോസഫ് അതിനെ കമിഴ്ത്തിക്കിടത്തിയപ്പോൾ മറിയയ്ക്ക് ശ്വാസം മുട്ടുന്നതുപോലെ തോന്നി. പിൻ കഴുത്തിലൂടെ വിരലുകൾ താഴേക്ക് അരിച്ചുപോകുന്നത് അവൾ ശരിക്കുമനുഭവിച്ചു. ഓരോരോ അടരുകളായി ജോസഫ് ദേഹമാകെ അഴിച്ചെടുക്കുന്നത് മറിയ ഒട്ടൊരു കൗതുകത്തോടെ നോക്കിയിരുന്നു..

സാവധാനം കണ്ണടയ്ക്കുമ്പോൾ ജോസഫ് അടുത്തേക്ക് വരുന്നത് അവൾക്കറിയാം.

"മറിയേ.." ജോസഫ് തീരെ താണ ശബ്ദത്തിൽ വിളിച്ചു.

"ഉം.." അവൾ വിളികേട്ടു.

"ഞാനാലോചിക്കായിരുന്നു."

"എന്ത്?"

"ഇത്രയും ഭാരമുള്ള നിന്നെ ഞാനെങ്ങനെയാണ് ആ മാർബിൾ മേശയിലേക്ക് എടുത്തു കിടത്തുക?"

ഉള്ളാകെ ഇളക്കിമറിച്ച് ഒരു ഓക്കാനം അടിവയറ്റിൽനിന്ന് പൊട്ടിപ്പുറപ്പെടുന്നതുപോലെ മറിയയ്ക്ക് തോന്നി. കത്തികൊണ്ട് കഴുത്ത്

മുതൽ താഴേക്ക് ഒരു വര വരച്ചതുപോലെ അവൾ പുളഞ്ഞു പോകുകയും ചെയ്തു.

മറിയ സാവധാനം കണ്ണുതുറന്ന് ജോസഫിനെ നോക്കി.

ഉള്ളിലുള്ള ഊഷ്മാവത്രയും തണുത്തു പോകുന്നതുപോലെ തോന്നി ജോസഫിന്. പെയ്യാതെ തോർന്നുപോയ ഒരു പെരുമഴ പോലെ അയാൾ സ്വയം ശൂന്യമായി.

"ഞാൻ പോണ്." അയാൾ മറിയയെ നോക്കാതെ പുറത്തേക്ക് നടന്നു.

സാരമില്ല എന്നു പറയണമെന്നുണ്ടായിരുന്നു മറിയയ്ക്ക്. എന്നാലും അവളത് വേണ്ടെന്നുവച്ചു...

കെണികൾ നിർമ്മിക്കേണ്ട വിധം

"കെണിയൊരുക്കുമ്പോൾ അത് എല്ലാ പഴുതുകളുമടച്ചിട്ടാവണം."

അയാൾ അവളോട് പറഞ്ഞു.

എത്രയോ നാളുകൾക്കു ശേഷമാണ് രണ്ടുപേർക്കും ഒരുമിച്ചൊരു ഞായറാഴ്ച കിട്ടുന്നത്.

സാധാരണ എല്ലാ അവധി ദിവസങ്ങളിലും എന്തെങ്കിലും മീറ്റിങ്ങുണ്ടാവും.

ഇപ്പോൾത്തന്നെ, കഴിഞ്ഞ ആഴ്ച മുഴുവൻ രണ്ടുപേരും യാത്രയിലായിരുന്നു.

അയാൾക്ക് ഉന്നത വിദ്യാഭ്യാസ സ്ഥാപനങ്ങളുടെ ലാഭകരമായ നടത്തിപ്പുമായി ബന്ധപ്പെട്ട ഒരു സെമിനാർ.

അവൾക്ക് കൃത്രിമക്കാലുകളുടെ നിർമ്മാണം നടത്തുന്ന കമ്പനി വക ഒരു പരിശീലന പരിപാടി.

കമ്പനി പറയുന്നത് ഇപ്പോൾ മുമ്പത്തെപ്പോലെ ആംപ്യൂട്ടേഷനൊന്നും നടക്കുന്നില്ല. മുറിച്ചു മാറ്റാവുന്ന കാലുകൾപോലും മരുന്നു കൊടുത്തും ചികിത്സിച്ചും സുഖപ്പെടുത്താനുള്ള ശ്രമമാണ് നടക്കുന്നത് എന്നാണ്.

ഇന്നലെ ആദ്യമെത്തിയത് അവളാണ്. മുമ്പിലെ വാതിൽതുറന്ന് അകത്തു കടന്നപ്പോഴേ കണ്ടു തുണ്ടുതുണ്ടായി കീറിയിട്ടിരിക്കുന്ന കടലാസ് കഷണങ്ങൾ...

ബെഡ്റൂമിലെ കാര്യം പറയാതിരിക്കുന്നതാണ് നല്ലത്. മുറി മുഴുവൻ പഞ്ഞിത്തുണ്ടുകൾ പറന്നു നടക്കുന്നു... കട്ടിലിനു തലയ്ക്കൽ വച്ചിരുന്ന ടേബിൾ ലാമ്പ് താഴെ വീണ് ഉടഞ്ഞുകിടക്കുന്നു. കഴിഞ്ഞ തവണ

ശ്രീലങ്കയിൽനിന്നു വരുമ്പോൾ കൊണ്ടുവന്ന ജ്ഞാന ബുദ്ധൻ മൂക്കും ചെവിയുമടർന്ന് പിളർന്ന് കിടക്കുന്നു.

ഗേറ്റിൽ അവളെ ഇറക്കിവിട്ട് കഴിക്കാൻ വല്ലതും വാങ്ങിയിട്ടു വരാം എന്നു പറഞ്ഞുപോയ അയാളും അപ്പോഴേക്കും വന്നു.

"വല്ല കള്ളനും കയറിയതാണോ?

അതിനു വാതിൽ തുറന്നിട്ടില്ലല്ലോ..."

"ഇതു കള്ളനും കൊള്ളക്കാരനുമൊന്നുമല്ല... എലി കയറിയതാ..."

ഒരു കത്രികകൊണ്ടു മുറിച്ചപോലെ രണ്ടു കഷണമായ തലയിണ ഉയർത്തിനോക്കി അവൾ പറഞ്ഞു.

അയാളാ മുറി മുഴുവൻ പരിശോധിച്ചു. അലമാരകൾ തുറന്നും അടച്ചും ശബ്ദമുണ്ടാക്കി.

കട്ടിലിനടിയിൽ കുനിഞ്ഞുനോക്കി.

പൊടി മൂക്കിൽ വലിച്ചുകയറ്റി തുരുതുരാ തുമ്മി...

തവിടുപൊടിയായി താഴെ കിടന്ന ബുദ്ധപ്രതിമയെടുത്ത് ഒട്ടിച്ചു ചേർക്കാൻ വല്ല മാർഗ്ഗവുമുണ്ടോ എന്നു പരിശോധിച്ചു.

"ചിലതൊക്കെ അങ്ങനെയാണ്, പൊട്ടിപ്പോയാൽ പോയതുതന്നെ."

അവൾ മെല്ലെയാണ് പറഞ്ഞതെങ്കിലും അയാൾ കേട്ടു.

എന്നാലും അവനെങ്ങനെ ഇതിനുള്ളിൽ കയറിപ്പറ്റി എന്നയാൾ മൂക്കുവിടർത്തി.

"നാളെ നമുക്കവനെ കൊല്ലണം."

അത്രയേറെ നാശം വരുത്തിയ എലിയെ പിടിക്കാനുള്ള കെണി യൊരുക്കുകയാണ് ഞായറാഴ്ച രാവിലെ അയാൾ.

"നിനക്കെന്നെ എന്തെങ്കിലും തരത്തിൽ സഹായിക്കാൻ തോന്നു ന്നുണ്ടോ...?"

ബൗളിൽ പൊട്ടിച്ച് ഒഴിച്ചിരുന്ന മുട്ട പതപ്പിക്കുകയായിരുന്ന അവൾ തലയുയർത്തി അയാളെ നോക്കി ഒരു ചിരി ചിരിച്ചു.

'കെണികളൊരുക്കാൻ നിങ്ങളെ ഞാനെന്ത് സഹായിക്കാൻ..' എന്ന ആ ചിരി അയാൾ വ്യക്തമായി വായിച്ചു.

ഇത്തവണ എലിയെ പിടിക്കാൻ അയാൾ ഉണ്ടാക്കിയിട്ടുള്ളത് വിചിത്രമായ ഒരു പദ്ധതിയാണ്. സാധാരണ എലിപ്പത്തായങ്ങളിൽ ഒരു നേർവഴി, അതിന്റെ അറ്റത്ത് വിശന്നുവരുന്ന എലിയെ പ്രലോഭിപ്പിക്കാൻ ഒരു തേങ്ങാപ്പൂള്.. എലി തേങ്ങാപ്പൂള് കടിക്കുന്നു, വാതിലടയുന്നു.

പരമ്പരാഗതമായ ഇത്തരം കെണികളിൽ ഒരു വലിയ പോരായ്മ യുണ്ട് എന്നാണയാളുടെ പക്ഷം. ഒരു ഇര അകത്തുപെട്ടാൽ പിന്നെ മറ്റുള്ളവ ആ വഴി വരില്ല എന്നതാണ് അതിൽ പ്രധാനം. മുമ്പേ പോയ വൻ കെണിയിലാണ് പെട്ടത് എന്ന് പിന്നാലെയുള്ളവന് മനസ്സിലാവുന്നു എന്നത് എലിപിടുത്തത്തിന്റെ വിപുല സാദ്ധ്യതകളെ നിരാകരിക്കുന്നു. ഓരോ തവണയും കെണികൾ മാറ്റിവെക്കേണ്ടി വരുന്നു എന്നത് സംഭവം ഇക്കണോമിക്കൽ അല്ലാതാക്കുന്നു.

എലികൾ സ്ഥിരമായി സഞ്ചരിക്കുന്ന വഴിയിലാണ് കെണികൾ സാധാരണ സ്ഥാപിക്കുകയെങ്കിൽ അയാളുടെ പുതിയ പദ്ധതിയിൽ അധികമാരും ശ്രദ്ധിക്കാത്ത വഴിയിൽ വേണം കെണിവയ്ക്കാൻ.

ഇന്നലെ രാത്രി മുഴുവൻ ജോലിചെയ്ത് അയാളതിന്റെ പ്രവർത്തനം വിശദമാക്കുന്ന ഒരു പ്രസന്റേഷൻ തയ്യാറാക്കിയിട്ടുണ്ട്.

തീരെ അപ്രധാനമെന്ന് നമ്മൾ വിചാരിക്കുന്ന ചില മുക്കും മൂലകളുമാണ് പലപ്പോഴും അപ്രതീക്ഷിതമായ നേട്ടങ്ങൾ നമുക്കുണ്ടാക്കിത്തരിക എന്ന് അയാൾ കരുതുന്നു.

അയാളുണ്ടാക്കിയിട്ടുള്ള ഈ വല വളരെ വിസ്തൃതമാണ്. അതിൽ ആദ്യം കയറുന്ന എലിക്ക് ഒരു ബുദ്ധിമുട്ടുമില്ലാതെ അതിന്റെ തുറന്നുകിടക്കുന്ന ഏതെങ്കിലും വഴിയിലൂടെ പുറത്തിറങ്ങാം... ഒരു പോറലുപോലുമേല്ക്കാതെ.. കയറാനുള്ളത് ഒരു വഴിയാണെങ്കിലും പുറത്തിറങ്ങാൻ അനേകം വഴികളുണ്ടെന്ന ഒരു തോന്നൽ സൃഷ്ടിക്കപ്പെടുന്നതോടെ പിന്നെയും എലികൾ വരാൻ തുടങ്ങും. ഉള്ളിൽ കയറിയവർ തിരിച്ചു വരുന്നതു കാണുമ്പോഴുണ്ടാകുന്ന ഒരു ആത്മവിശ്വാസമുണ്ടല്ലോ.. അതു മതി ഈ എലിക്കെണി ഒരു വൻ വിജയമാവാൻ..

അങ്ങനെ അകത്തേക്കു കയറുന്ന എലികളുടെ എണ്ണം കൂടിക്കൂടി വരുമ്പോൾ കെണിയിലെ സെൻസറുകൾ പ്രവർത്തിച്ചു തുടങ്ങും.. അവ അടുത്തെത്തുന്തോറും പുറത്തേക്കുള്ള വഴികൾ ഒന്നൊന്നായി അടയും...

ഒരു വഴി അടയുമ്പോൾ എല്ലാവരുംകൂടി അടുത്ത വഴിയിലേക്ക് ഓടും. അങ്ങനെ പരിചിതമായ വഴികളൊക്കെ ഒന്നൊന്നായി അടയുമ്പോഴുള്ള എലികളുടെ പരാക്രമം...

ആ ചെറിയ പവിഴക്കണ്ണുകളിൽ ഭീതിയങ്ങനെ ഓളം വെട്ടുന്നതു കാണാം..

ഉയർത്തിപ്പിടിച്ച ചെവികൾ, വളഞ്ഞുതാണു ചുരുണ്ടുപോയ വാൽ, തിക്കിത്തിരക്കി രക്ഷപ്പെടാനുള്ള പാച്ചിൽ..

എല്ലാ വഴികളും അടഞ്ഞുകഴിഞ്ഞു.. ഇനി ഒരേയൊരു മാർഗ്ഗം...

എലികൾക്ക് ആ മാർഗ്ഗം ഒട്ടും പരിചിതമല്ല. ഇതുവരെയും അവരിൽ ആരുംതന്നെ ആ വഴിയിലൂടെ സഞ്ചരിച്ചിട്ടില്ല.

അപ്പോഴാണ് എലികൾക്ക് ഒരു നേതാവിനെ വേണമെന്ന് തോന്നുക.. ബലവാനും ബുദ്ധിമാനുമായ ഒരു രക്ഷകൻ..

അതു കൊള്ളാമല്ലോ... തന്റെ തോന്നലിൽ അയാൾക്ക് സ്വയമൊരു അഭിമാനമൊക്കെ തോന്നി..

അങ്ങനെയൊരു നേതാവുണ്ടായാൽ അയാൾ എന്താണു ചെയ്യുക. തിരിച്ചു പോക്കിനെക്കുറിച്ച് ചിന്തിക്കും...

എല്ലാവരുംകൂടി വന്ന വഴിയിലേക്ക് തിരിച്ചുനടക്കാൻ തുടങ്ങും. അപ്പോഴാണ് വന്നവഴികൾ എത്രമേൽ മാറിപ്പോയിരിക്കുന്നു എന്നവർ കാണുക. തിരിച്ചു നടക്കാനാവാത്ത വിധം അവ ഇടുങ്ങിപ്പോയതായും വാതിലുകൾ അടഞ്ഞു പോയതായും കാണുക.

അകത്തു കയറുന്നവർക്ക് തിരിച്ചുപോകാൻ സാധിക്കാത്ത വിധം പ്രവേശന കവാടങ്ങളേയും സഞ്ചാരപഥങ്ങളേയും നിരന്തരമായി മാറ്റിക്കൊണ്ടിരിക്കുമ്പോഴാണ് ഒരു പുതിയ പദ്ധതി വിജയകരമായി പരിണമിക്കുക.

"ഈ ചായ കുടിച്ചിട്ടാവാം ബാക്കി.." അവളുടെ ശബ്ദം കേട്ടപ്പോഴാണ് അയാൾ തലയുയർത്തിയത്.

"എലി കാരണം യാത്രയെക്കുറിച്ചൊന്നും ചോദിച്ചില്ല. എങ്ങനെയുണ്ടായിരുന്നു സെമിനാർ...?"

"നന്നായിരുന്നു എന്നുതന്നെ പറയണം" അയാൾ ചായ കൈനീട്ടി വാങ്ങി.

"പക്ഷേ, നിങ്ങടെ സെമിനാറിനേക്കാൾ ശ്രദ്ധ കിട്ടിയത് പുറത്തു നടന്ന പ്രകടനത്തിനാണെന്നാണ് ഞാൻ കേട്ടത്."

അവൾ അയാളുടെ കണ്ണുകളിലേക്ക് സൂക്ഷിച്ചുനോക്കി മെല്ലെ പറഞ്ഞു.

"അത് ഇപ്പോഴിപ്പോൾ എല്ലാ സമ്മേളനങ്ങളുടേയും ഭാഗമാണല്ലോ..."

അയാളതിനെ നിസ്സാരവല്ക്കരിച്ചു.

"നിന്റെയാ സുഹൃത്തുമുണ്ടായിരുന്നല്ലോ പ്രകടനത്തിന്റെ മുന്നിൽ."

"അപ്പോ നിങ്ങളത് ശ്രദ്ധിച്ചു." അവൾ ചിരിച്ചു.

"അവനാണ് എന്നോട് പറഞ്ഞത് സെമിനാർ പാതിയുപേക്ഷിച്ച് നിങ്ങളൊക്കെ സ്ഥലം വിട്ടുവെന്ന്."

നീങ്ങിത്തുടങ്ങിയ തീവണ്ടിയിൽ ഓടിവന്നു കയറിയ അവന്റെ കണ്ണുകളിൽ പ്രതിഷേധം കെട്ടടങ്ങിയിരുന്നില്ല.

ഞാനിന്നു മടങ്ങുന്നു രാജധാനിയിൽ.. എന്നവന് സന്ദേശമയക്കുമ്പോൾ വലിയ പ്രതീക്ഷയൊന്നും അവൾക്കുണ്ടായിരുന്നില്ല. കാണണം എന്ന ആഗ്രഹമല്ലാതെ..

"സെമിനാർ തടസ്സപ്പെടുത്തണം എന്നൊന്നും വിചാരിച്ചല്ല തുടങ്ങിയത്...

അയാളുടേതായിരുന്നു പ്രധാന പ്രബന്ധം.. നിന്റെ ആ വിദ്യാഭ്യാസ സംരംഭകന്റെ.."

അവൻ അവളെ നോക്കാതെ പറഞ്ഞു.

അവൾ ഒന്നും മിണ്ടാതെ അവനെത്തന്നെ നോക്കിയിരിക്കുകയാണ്.

"ഇങ്ങനെ എളുപ്പത്തിൽ തിരിച്ചുപോരാമെന്നൊന്നും വിചാരിച്ചതല്ല... പൊലീസ് പിടിച്ചോണ്ടു പോവും എന്നു തന്നെയായിരുന്നു കണക്കാക്കിയത്.

പക്ഷേ, ഭീരുക്കൾ, സെമിനാർ മുഴുമിക്കാതെ ഓടിക്കളഞ്ഞു."

"അല്ല, അവരെ ഭീരുക്കൾ എന്നു വിളിച്ചത് ശരിയല്ല.."

"അതൊക്കെ പോകട്ടെ, എങ്ങനെയുണ്ട് വിദ്യാഭ്യാസ മുതലാളിയോടൊത്ത് ജീവിതം...?"

“അത് പിന്നെ പറയാം.. ഇപ്പോൾ പറയ്.. സമരത്തെക്കുറിച്ച്, പ്രകടനത്തെക്കുറിച്ച്..”

ക്ഷോഭം നിറഞ്ഞ അവന്റെ വിവരണങ്ങൾ അവൾക്ക് ഏറെ ഇഷ്ടമായിരുന്നല്ലോ...

“ചില സമരങ്ങൾ ജയിക്കാൻ വേണ്ടിയല്ല നമ്മൾ ചെയ്യുന്നത്.. നമ്മുടെ മുന്നിൽ മറ്റു മാർഗ്ഗങ്ങളില്ലാഞ്ഞിട്ടാണ്.

കൊല്ലുമെന്നുറപ്പുണ്ടായിട്ടും കശാപ്പു മൃഗങ്ങൾ നിലവിളിച്ചു കൊണ്ടേയിരിക്കില്ലേ... അവസാനത്തെ കാലടി വെക്കുംവരെ ആവുന്നത്ര ശക്തിയിൽ പിന്നാക്കം വലിക്കില്ലേ...

തോല്പിക്കപ്പെടും എന്നുറപ്പുള്ളപ്പോഴും ചെറുത്തു നില്ക്കുന്നത് ജീവിതത്തോടുള്ള അടങ്ങാത്ത കൊതികൊണ്ടാണ്.

ചതിക്കുകയാണ് ഇവരൊക്കെച്ചേർന്ന്.. ഇനിയും വരാനുള്ള തലമുറകളെക്കൂടി...

അച്ഛന്റെ വാക്കുകൾ, വർഷങ്ങളായി ഒരിടത്തിരിക്കാൻ സമ്മതിക്കാതെ, ഒന്നു സ്വസ്ഥമായുറങ്ങാൻ സമ്മതിക്കാതെ, പിന്നാലെയുണ്ട് ആ വാക്കുകൾ..”

വീടിനോടു ചേർന്നുള്ള ഒരു മുറി ഓഫീസാക്കി എഡ്യൂക്കേഷൻ കൺസൾട്ടൻസി നടത്തുകയായിരുന്നു അന്നവൻ. മെഡിക്കൽ കോളേജിന്റേയും എഞ്ചിനീയറിങ് കോളേജിന്റേയും സീറ്റുകൾ മൊത്തം വാങ്ങി ആവശ്യക്കാർക്കു വില്ക്കലാണ് ഈ കൺസൾട്ടൻസിയുടെ പണി.

രാവിലെ വന്ന അച്ഛനും മകനും പ്രവേശനവും ഉറപ്പിച്ച് ബാങ്ക് ലോണിനുള്ള അപേക്ഷയും വാങ്ങി പോയ്ക്കഴിഞ്ഞാണ് അച്ഛൻ അകത്തേക്കു വന്നത്..

അതു പതിവുള്ളതല്ല. സാധാരണ ഇത്തരം കാര്യങ്ങളിലൊന്നും അച്ഛൻ ഇടപെടാറുമില്ല..

“അവരിപ്പോൾ നിനക്കു തന്നത് അവരുടെ പ്രതീക്ഷകളുടെ ആകത്തുകയാണ്. നിനക്കുറപ്പുണ്ടോ ആ അച്ഛന്റേയും മകന്റേയും മോഹങ്ങൾ നടക്കുമെന്ന്.”

അച്ഛൻ പതിഞ്ഞ ശബ്ദത്തിൽ ചോദിച്ചു.

“അടുത്ത പത്തോ പതിനഞ്ചോ കൊല്ലത്തെ പണം കൂടി ഇപ്പോഴേ തട്ടിയെടുത്ത് നിങ്ങളെല്ലാവരും കൂടി ചതിക്കുകയാണ് ഈ പാവങ്ങളെ..”

അച്ഛനതൊന്നും മനസ്സിലാവില്ല എന്ന് ഒഴിഞ്ഞുമാറാൻ ശ്രമിച്ചു അവൻ.

“പലതും മനസ്സിലാവാത്തതാണല്ലോ... നിങ്ങടെ കോഴ്സിന് സീറ്റ് ഉണ്ട് എന്നതുകൊണ്ടു മാത്രം കുട്ടികൾ അതിനു ചേരണം എന്നാണ് നിങ്ങടെ നിലപാട്.”

“കോഴ്സ് നല്ലതായതോണ്ടും അതിനു ജോലി സാദ്ധ്യതയുള്ളതോണ്ടുമല്ലേ അച്ഛാ ബാങ്ക് വായ്പ കൊടുക്കുന്നത്...?”

അവനെങ്ങനെയെങ്കിലും അച്ഛനെ ഒന്നു പറഞ്ഞയച്ചാൽ മതിയെ

ന്നായി.

എന്തെങ്കിലും വരുമാനമുള്ളവർക്കൊക്കെ കടംകൊടുത്തിട്ടും പിന്നെയും ബാക്കിയാണു പണം ബാങ്കിൽ.. അപ്പോൾ പിന്നെ ഭാവിയിൽ ഉണ്ടാകാൻ പോകുന്ന വരുമാനംകൂടി തങ്ങൾക്കു കിട്ടാനല്ലേ അവർ ഈ കുട്ടികൾക്ക് വായ്പ കൊടുക്കുന്നത്.

"നീ ആലോചിച്ചിട്ടുണ്ടോ അടുത്ത കുറേ വർഷങ്ങളിൽ ഇവിടെ മറ്റെന്തൊക്കെയോ രൂപത്തിൽ ചെലവാക്കപ്പെടേണ്ട പണമാണ് നിങ്ങളിപ്പോഴേ വാങ്ങി വലിയ കെട്ടിടങ്ങൾ പണിത് വിദ്യാഭ്യാസം വില്ക്കുന്ന സൂപ്പർമാർക്കറ്റുകളാക്കുന്നത്.

ഉറപ്പായിട്ടും ആരും വന്നു കയറാതെ നിങ്ങടെ ഈ മെഗാമാർക്കറ്റുകളൊക്കെ പൂട്ടിപ്പോവുന്ന കാലംവരും. ആരും ഉപയോഗിക്കാതെ ഈ പാവങ്ങളുടെ വിയർപ്പ് വീണുടഞ്ഞുപോകും...

ഉണ്ണീ നമുക്കിതു വേണ്ട... ചതിക്കുകയാണ് നിങ്ങളൊക്കെച്ചേർന്ന്... ഇനി വരുന്ന തലമുറകളെക്കൂടി..."

പുറത്തേക്ക് നടക്കുമ്പോഴും അച്ഛൻ മെല്ലെ പറയുന്നുണ്ടായിരുന്നു.

"ചതിക്കുകയാണ്.. ചതി.."

തീവണ്ടി ഉറക്കെ ചൂളംവിളിച്ച് അതിവേഗം ഏതോ ചെറിയ സ്റ്റേഷനിലൂടെ കടന്നുപോവുകയാണ്.

അതിവേഗ തീവണ്ടികൾ ആളൊഴിഞ്ഞ ചെറിയ സ്റ്റേഷനുകളിലൂടെ നിർത്താതെ പാഞ്ഞുപോകുമ്പോൾ അവനിപ്പോഴും കണ്ണുകൾ ഇറുക്കിയടയ്ക്കും.. ചെവികൾ പൊത്തിപ്പിടിക്കും.. എന്നാലും മായ്ച്ചുകളയാനാവുന്നില്ല അവനാ കാഴ്ചയെ..

അല്ലെങ്കിലും അങ്ങനെ മാഞ്ഞുപോകുന്നതല്ല ചില കാഴ്ചകൾ...

ഞാൻ കണ്ടതാ... പാളത്തിനരികിലൂടെ നടന്നുപോയിരുന്ന ഒരു കുട്ടി പെട്ടെന്നാണ് വണ്ടിയുടെ മുന്നിലേക്ക് കയറി നടക്കാൻ തുടങ്ങിയത്...

അവനെ ഇടിച്ചു തെറിപ്പിച്ച് ഏറെദൂരം പോയിനിന്ന തീവണ്ടിയുടെ ഡ്രൈവർ പൊലീസിനോട് വിശദീകരിച്ചത് ഇപ്പോഴും അവന്റെ ചെവിയിലുണ്ട്. അയാളുടെ ശബ്ദത്തിൽ ഒരു വല്ലാത്ത ഞെട്ടൽ അവൻ ശരിക്കു കേട്ടതാണ്..

"ഞാൻ കണ്ടതാ..." എന്ന് ആ ഡ്രൈവർ ആവർത്തിക്കുന്നുണ്ടായിരുന്നു.

"ബാങ്കിൽനിന്ന് ലോണെടുത്തിട്ട് ദൂരെയെവിടെയോ പോയി പഠിച്ചതാ..."

ഓടിക്കൂടിയ കൂട്ടത്തിൽ ആരോ പറഞ്ഞു. "പഠിത്തമൊക്കെ കഴിഞ്ഞപ്പോഴാ അറിയുന്നത് അതോണ്ട് വലിയ കാര്യമൊന്നുമില്ലാന്ന്."

എന്നാലും ഇതു വേണായിരുന്നോ എന്ന് ആൾക്കൂട്ടം സങ്കടപ്പെട്ടു...

അന്നു തുടങ്ങിയതാണ്... ഒരിടത്തുമുറയ്ക്കാത്ത നിലയ്ക്കാത്ത സഞ്ചാരം...

പിന്നീട് അച്ഛനെ കണ്ടിട്ടില്ല...

വയ്യ... ആ മുഖത്തു നോക്കാൻ...

തീവണ്ടി മെല്ലെ നിശ്ചലമാകുമ്പോൾ അവനെത്തന്നെ നോക്കിയിരിക്കുകയായിരുന്നു അവൾ...

അവനെ ഒന്നു കൈ നീട്ടി തൊടാനും ഒന്നാശ്വസിപ്പിക്കാനും എന്തോ അവൾക്കപ്പോൾ തോന്നിയതേയില്ല....

അയാൾ കസേര പിന്നാക്കം നിരക്കി ശബ്ദമുണ്ടാക്കി അവളോട് ചോദിച്ചു.

"ഇനി നീ പറ... ഈ എലിക്കെണിവയ്ക്കാൻ ഏറ്റവും പറ്റിയ സ്ഥലമേതാണ്....?"

കലി

വെയിലു പൊരിഞ്ഞു കത്തുന്ന നട്ടുച്ചയാണ്.

നടക്കാൻ തുടങ്ങിയിട്ട് ഏറെ നേരമായി.

കൊണ്ടുവിടാം എന്നു പറഞ്ഞതാണ്.

“വേണ്ട നടന്നോളാം..”

“എന്നാൽ ശരി. ഇനി ശല്യമൊന്നുമുണ്ടാവില്ലല്ലോ അല്ലേ..”

“ഒന്നുമുണ്ടാവില്ല...” കൈസഞ്ചിയിലെ ചെമ്പട്ടു പൊതി ഇടതു കൈ കൊണ്ട് അമർത്തിപ്പിടിച്ചു.

“താമസം തുടങ്ങുന്നേനു മുമ്പേ പണിക്കരെക്കൊണ്ട് ഒന്നു നോക്കിച്ചതാ..

അങ്ങനെയാണ് ദുർദ്ദേവതകളുടെ ആവാസമുണ്ടെന്നറിഞ്ഞത്. അയാളു തന്നെയാ നിങ്ങളെക്കുറിച്ച് പറഞ്ഞതും.

ആർക്കും ഒന്നിലും വിശ്വാസമൊന്നുമുണ്ടായിട്ടല്ല. എന്നാലും എന്തിനാ വെറുതെ..

ഇനി തിരുമേനിയെ വിളിച്ച് ഒരു ഹോമവും കഴിച്ചാലേ മുഴുവനാവൂ.”

പട്ടുകൊണ്ട് പൊതിഞ്ഞ കൽക്ഷണങ്ങൾ ഒന്നനങ്ങിയോ എന്നു തോന്നി..

“പോകുമ്പോ തിരിഞ്ഞുനോക്കരുത് എന്നാണ് പറയാ.. അതോണ്ട് പിന്നിൽനിന്ന് വിളിക്കരുത്..”

സഞ്ചി മുറുകെപ്പിടിച്ച് വലിയ ഗേറ്റ് കടന്ന് റോഡിലിറങ്ങിയപ്പോൾ എങ്ങോട്ടെങ്കിലും ഓടാനാണ് തോന്നിയത്.. വല്ലാത്തൊരു ഉൾക്കനം.. എന്തൊക്കെയോ പൊട്ടിത്തെറിക്കാൻ പോകുന്ന പോലെ..

പറക്കുട്ടിയാണ് സഞ്ചിയിൽ.

വർഷാവർഷം കള്ളും കോഴിയും കിട്ടിയില്ലെങ്കിൽ അടയാളം കാട്ടും.

തൊഴുത്തിൽ നില്ക്കുന്ന നാല്ക്കാലി കൊട്ടിപ്പിടഞ്ഞ് വീണ് ചാവും..

നടന്നു..

നടക്കുമ്പോൾ സ്വയം സംസാരിക്കുക രസമുള്ള കാര്യമാണ്.. നേരം പോണതറിയില്ല..

അങ്ങനെ വർത്തമാനം പറഞ്ഞ് വല്ലാതെ നീണ്ടതും വളഞ്ഞു തിരിഞ്ഞ് പല കവരങ്ങളിൽ പലതായി പിരിഞ്ഞതും കറുകറുത്ത തൊലിയുള്ളതുമായ ഒരു മെലിഞ്ഞ മരത്തിലൂടെ കുത്തനെ മുകളിലേക്ക് നടക്കുമ്പോഴാണ് ആരോ തന്നെ വിളിക്കുന്നുണ്ടെന്ന് തോന്നിയത്.

പരിചിതമായ ശബ്ദം..

വംശപരമ്പരയിലെവിടെയോ വച്ച് ബോധത്തിൽ ആഴത്തിൽ രേഖപ്പെടുത്തപ്പെട്ടിട്ടുള്ള ശബ്ദമാണത്..

"ദാ.. ഇവിടെ.. ഇങ്ങോട്ടു നോക്ക്.."

മരത്തിന്റെ തെക്കോട്ടുള്ള ഒരു വലിയ ശാഖയിൽ ചമ്രം പടിഞ്ഞിരിക്കുകയാണ്...

കൃഷ്ണശിലയുടെ വർണ്ണം..

ഉയരം കുറഞ്ഞ് ദൃഢമായ ദേഹം.

കൈകൾ രണ്ടും പിന്നോക്കം കുത്തിയാണ് ഇരിപ്പ്.

"എന്താ ഇങ്ങനെ നോക്കുന്നത്..?"

ചെംവരകളോടിയ കണ്ണുകളിൽ ചെറുചിരി..

ചെല്ലമെടുത്ത് നീട്ടി..

"മുറുക്കുന്നോ?"

"വേണ്ട.."

"അതെന്താ പിണക്കമാണോ..?"

"അല്ല.."

"പിന്നെ..?"

"വേണ്ട.. അതന്നെ.."

"എന്നാ എനിക്കും വേണ്ട.. അവൾ ചെല്ലം നീക്കിവച്ചു."

"ഇങ്ങനെ നേരെ മുകളിലേക്ക് നടന്നാൽ എവിടെയെത്തും?"

"എവിടെയാണ് എത്തേണ്ടത്?"

"അറിയില്ല.."

"ആ കണ്ണുകളിൽ പിന്നെയും ചിരി.."

"നടന്നു നോക്കുന്നോ..?"

"എത്ര നടന്നാലും എവിടെയാണ് എത്തുക?"

"എന്നാൽ നടന്നോളൂ."

കാണുന്നതൊക്കെ യഥാർത്ഥമാണോ അതോ കെട്ടു പൊട്ടിയ മനസ്സിന്റെ മായക്കാഴ്ചകളാണോ എന്ന് തിരിച്ചറിയാനേ കഴിയുന്നില്ലല്ലോ അയാൾക്ക്..

ചെവിയിലേക്ക് തുളച്ചുകയറുന്ന ഒരു കാറ്റാണ് ആദ്യം വരിക.. അതിന്റെ മൂളൽ കഴിയുന്നതോടെ ശബ്ദം വ്യക്തമാവും..

എപ്പോൾ എവിടെ വച്ചാണ് കയറി വരിക എന്ന് പറയാനാവില്ല..

ബോധത്തിന്റെയും അബോധത്തിന്റെയും ഇടയിലെ ഒരു നേർത്ത വരമ്പിലൂടെയാണ് പിന്നെ നടത്തം..

ഒരു ചിരിയുണ്ട്.. സർവ്വാംഗം ത്രസിപ്പിക്കുന്ന ചിരി.

ഉന്മാദത്തോളമെത്തുന്ന ആവേശം നിറയും ഓരോ രോമകൂപങ്ങളിലും.

കണ്ണുകൾ അടഞ്ഞുപോവും..

ഉടലാകെ ഒരു സുഗന്ധം അരിച്ചു നടക്കും.

അഴിഞ്ഞുലഞ്ഞ മുടിയിഴകൾ മുഖത്താകെ ഒഴുകിക്കിടക്കും..

നിലവിളക്കിന്റെ തിരികൊണ്ട് ഉഴിയുന്നതു പോലെയാണ് ചൂട് ദേഹമാസകലം പടർന്നുകയറുക..

ഉന്മാദത്തിന്റെ ഉത്തുംഗാവസ്ഥയിൽ മനസ്സ് ശൂന്യമാവുകയും ദേഹം അബോധാവസ്ഥയിലേക്ക് കുഴഞ്ഞുവീഴുകയും ചെയ്യും..

ഭാരമെല്ലാമൊഴിഞ്ഞ് കെട്ടുകളൊക്കെ അഴിഞ്ഞു പോകുമ്പോൾ കാതുകളിൽ നിന്ന് ശബ്ദമൊഴിഞ്ഞ് പോകും..

എഴുന്നേല്ക്കാൻ തോന്നാതെ അങ്ങനെ കിടക്കുമ്പോഴാണ് വീട്ടിൽ നിന്നവൾ വന്നുനോക്കുക..

വിയർത്തു കുളിച്ച് കിടക്കുന്നതു കണ്ടാൽ അവൾക്കറിയാം..

ഇന്നാ മൂധേവി വന്നിരുന്നു അല്ലേ എന്നവൾ ദേഷ്യപ്പെടും.

പുറമാകെ മാന്തിപ്പൊളിച്ചല്ലോ എന്ന് സങ്കടപ്പെടും.

ഇതൊരു മനുഷ്യനാണെന്ന് ഓർത്തുകൂടെ ആ കൂത്തിച്ചിക്ക് എന്ന് പ്രാകും.

നിത്യയൗവനമാണ് വരം...

നിന്റെ അപ്പൂപ്പന്റെ അപ്പൻ വേലുക്കുട്ടി മന്ത്രവാദി തന്ന വരം..

അവൾ വരാതിരുന്ന ഒരുച്ചയ്ക്ക് നെറ്റിയിലെ മുറിവിൽ തലോടിക്കൊണ്ട് മെല്ലെ പറഞ്ഞു തുടങ്ങി.

അദ്ദേഹത്തിനന്ന് നിരവധിയുണ്ട് വെപ്പാട്ടിമാർ.. കാവിന്റെ കിഴക്കേ മൂലയിൽ കുടിയിരുത്തിയ ജഗജാലിയായിരുന്നു ഏറ്റവും ആദ്യത്തവൾ..

നന്ത്യാർവട്ടമായിരുന്നു അവൾക്ക് ആവാസസ്ഥാനം.

ചെമ്പരത്തിത്തറയിലെ കരിങ്കുട്ടി..

വടക്കുംഭാഗത്ത് ചുടലയിലെ അലറി മരച്ചുവട്ടിലെ ചുടലക്കാളി..

പന്തയത്തിൽ തോറ്റ ഇട്ടിങ്ങാടന്റെ കൈയിൽ നിന്ന് പിടിച്ചെടുത്ത എന്നെ ഇവർക്കിടയിലേക്കാണ് കൊണ്ടുവരുന്നത്..

അന്ന് ഇട്ടിങ്ങാടന്റെ മന്ത്രപ്പൂട്ടിലാണ് ഞാൻ..

വേലുക്കുട്ടിയും ഇട്ടിങ്ങാടനും ബദ്ധവൈരികൾ..

ഒരുനാൾ സന്ധ്യക്ക് വേലുക്കുട്ടി പണി മാറ്റി വരുന്ന നേരം..

ഇട്ടിങ്ങാടൻ എന്നെ ഒരു വെളുത്ത പശുവാക്കി മുറ്റത്ത് കെട്ടിയിട്ടിരിക്കുകയാണ്.

ആ പയ്യിനെ തരുന്നോ ഇട്ടിങ്ങാടാ.. എന്ന് വേലുക്കുട്ടി.

ഞാൻ തന്നാലും നിനക്കതിനെ കൊണ്ടോവാൻ പറ്റില്ലല്ലോ എന്ന് ഇട്ടിങ്ങാടൻ.

രണ്ടുപേരും തമ്മിൽ വാക്കേറ്റമായി പന്തയമായി.

അവൾ വരുമെങ്കിൽ കൊണ്ടു പൊയ്ക്കോ എന്ന് ഇട്ടിങ്ങാടൻ വേലുക്കുട്ടിയെ വെല്ലുവിളിച്ചു..

വേലുക്കുട്ടിയുണ്ടോ വിടുന്നു.

പയ്യിന്റെ വാലിൽ പിടിച്ചൊന്ന് ഞെരടി..

എന്തൊരു വേദനയായിരുന്നു.

ഓർക്കാപ്പുറത്താണ് കണ്ണിനു താഴെ ചിറി ചേർത്ത് ഒന്നു പൊട്ടിച്ചത്.

പിന്നെ തെറിയുടെ പൂരമായിരുന്നു...

എനിക്കാണെങ്കിൽ തെറി കേൾക്കുക എന്നതിനോളം ഇഷ്ടമുള്ള വേറെയൊന്നുമില്ല.

അന്നു പോന്നതാണ് കെട്ടും പൊട്ടിച്ച് വേലുക്കുട്ടി മന്ത്രവാദിയുടെ കൂടെ..

അന്നിതൊരു ചെറിയ തറയായിരുന്നു.

ഇവിടിരുന്നോ എന്നു പറഞ്ഞു വേലുക്കുട്ടി.

പിന്നെ തറയ്ക്കു ചുറ്റും ഒരു അറ പണിതുതന്നു.

ഇവിടുന്നു പോകരുത്.. എത്രകാലം കഴിഞ്ഞാലും.. ഈ നാട്ടിൽ ഉണ്ടാവണം എന്നു മാത്രമായിരുന്നു അദ്ദേഹത്തിന്റെ നിർബ്ബന്ധം.

അതിനു പകരംതന്ന വരമാണ് നിത്യയൗവനം.

നിന്റെ പൂജ ചെയ്യുന്നവൻ നിനക്കുള്ളവനാണ് എന്ന അവകാശവും..

ആദ്യത്തെ ഭയമൊക്കെ പെട്ടെന്ന് മാറി..

പിന്നെ അദ്ദേഹത്തോടൊപ്പമായി രാവും പകലും..

വേലുക്കുട്ടിക്ക് അന്നും നല്ല തിരക്കാ..

വെളിച്ചപ്പാടേ പെണ്ണിന് പനിച്ചിട്ട് വയ്യാലോ എന്ന് ചരട് ഊതിക്കെട്ടാൻ വരുന്നവർ....

ദേശമാകെ കുരിപ്പ് പിടിച്ച് നട്ടം തിരിഞ്ഞപ്പോൾ വാളും ചിലമ്പും അരമണിയും കിലുക്കി ഓരോ വീട്ടിലും കയറി ദണ്ണം ശമിക്കാൻ അരിയെറിയാൻ കൂടെപ്പോയത് ഞാൻ..

ഒരണ, നാഴി നെല്ല്.. കിട്ടിയാലായി.

കാര്യമായിട്ട് വല്ലതും കിട്ടുന്നത് മന്ത്രവാദത്തിന് പോകുമ്പോഴാണ്.

ആഭിചാരം പല തരത്തിലാണ്..

ശത്രുവിന്റെ കൃഷി നശിക്കാനും കന്നു ചത്തു മുടിയാനും വേണ്ടി തുടങ്ങി ശത്രുവിന്റെ ജീവൻതന്നെ അപകടത്തിലാക്കാൻ പോന്ന മാട്ടുവിദ്യകൾക്കുവരെ വേലുക്കുട്ടിയെ വിളിച്ചോണ്ടു പോയിരുന്നു.

ഒരു പൂവൻകോഴി, പറ നെല്ല്, നല്ല വാറ്റു ചാരായം..

ചാരായം മോന്തി കോഴിയെ തലകീഴായി തൂക്കി നെല്ലു വട്ടി തലയിലുംവച്ച് നല്ല തെറിപ്പാട്ടും പാടി ഞങ്ങളെത്ര പാതിരാത്രികൾ എത്ര ഇടവഴികൾ നടന്നു തീർത്തിരിക്കുന്നു.

കാൽ ഉമ്മറക്കല്ലിൽ ഇരടി മുട്ടിയപ്പോഴാണ് വീടെത്തി എന്നറിയുന്നത്.

എത്ര കയറിയിട്ടും കറുകറുത്ത മരത്തിന്റെ ഒരു കൊമ്പിന്റെപോലും മുകളിലെത്തിയില്ലല്ലോ.. ഇത്രനേരം പിന്നാലെ നടന്നവൾ എവിടേക്കാണ് ഓടിപ്പോയത്..?

"പയ്യെന്തിനാ അകറണത്..?"

പുറത്തേക്ക് വന്ന അവളോട് ചോദിച്ചു..

"എനിക്കറിയില്ല, പോയി നേരിട്ട് ചോദിച്ചൂടെ..?"

ചുവന്ന പട്ടിന്റെ പൊതിയിലാണ് അവളുടെ കണ്ണ്.

"ഇന്നെന്തു മാരണമാണാവോ ഏറ്റിക്കൊണ്ടു വന്നണ്ണത്.."

"ഇതു പറക്കുട്ടി.." സഞ്ചിയിൽ നിന്ന് പൊതിയെടുത്ത് താഴെവച്ചു.

"അവിടെ ഇതൊരു ശല്യമാണത്രേ അവർക്ക്. അപ്പോ ഞാൻ കൊണ്ടുപോന്നു."

സഞ്ചി അവൾക്കു നേരെ നീട്ടി.

അങ്ങനെ പലയിടത്തുനിന്നും കൊണ്ടുവന്ന ഉഗ്രമൂർത്തികളാണ് തെക്കെ മുറ്റത്ത് മുഴുവൻ..

കുടിയൊഴിക്കപ്പെട്ട ദൈവങ്ങൾ.

ചിരിയാണ് വരുന്നത്.

"ഇയ്ക്കും ന്റെ കുട്ട്യോൾക്കും മിറ്റത്തിറങ്ങാൻ പറ്റാണ്ടായി."

"സഞ്ചിയിൽ ഒരു പിടി അരിയും ഒരു നാളികേരവുമുണ്ട്."

"ഇതേയുള്ളൂ?"

"നൂറു രൂപയും."

വെളിച്ചപ്പാടിന് ദക്ഷിണ പതിവില്ലല്ലോ..

വാൾപ്പണം രണ്ടോ അഞ്ചോ..

അത്രേ ഉള്ളൂ.. പള്ളിവാളിൻമേൽ അതിൽക്കൂടുതൽ വയ്ക്കാനാവില്ലല്ലോ..

എന്നാലും ഇനിയവിടെ തിരുമേനിക്ക് ഹോമം നടത്താലോ.. ആരും ശല്യം ചെയ്യില്ലല്ലോ..

പൊതിയഴിച്ച് പറക്കുട്ടിക്കല്ലിനെ തെക്കെ മുറ്റത്ത് നിരനിരയായിരിക്കുന്ന ചെറുതും വലുതുമായ കല്ലുകൾക്കിടയിൽ വച്ചു.

"ഇതൊക്കെ വാരിക്കെട്ടി ഒരു ദിവസം ഞാനാ ചുടലക്കാട്ടിൽ കൊണ്ടേ കളയും. അപ്പോഴേ ശരിയാവൂ."

"കാവിനു ചുറ്റും പണി നടക്കുന്നുണ്ട്.

ക്ഷേത്ര പുനരുദ്ധാരണമാണ്..

ശേഷം പുനഃപ്രതിഷ്ഠയുണ്ട്.."

"ഉവ്വ്... കുറേ പ്രതിഷ്ഠിക്കും."

പതിവുപോലെ ഒരു നട്ടുച്ചയിലെ ആവേശത്തിനൊടുവിൽ അവൾ ചിരിച്ചു..

ഈ മാരണക്കല്ല് ഇനി വേണ്ടാ എന്ന് തീരുമാനിച്ചിട്ടുണ്ടവർ.

അങ്ങനത്തെ ആഭിചാരമൊന്നും ഇനിയിവിടെ പറ്റില്ലാന്ന്..

വേണ്ട.. പക്ഷേ, അവരെത്ര ആവാഹിച്ചാലും എന്നെ എവിടെയും പ്രതിഷ്ഠിക്കാനാവില്ലല്ലോ.. എന്നെ ചൊല്പ്പടിക്ക് നിർത്താനുള്ള എന്ത് അക്ഷരക്കൂട്ടമാണ് അവർക്കുള്ളത്..

അല്ലെങ്കിൽത്തന്നെ അവർ പറയുന്ന ഭാഷയൊന്നും നമുക്ക് പിടിയില്ലല്ലോ..

ചിരി ഒന്നിനു പിന്നാലെ ഒന്നായി പല താളങ്ങളിൽ..

നമുക്ക് ശീലം ഈ മിറ്റത്ത് വന്നുനിന്ന് നെഞ്ചിലും തലയിലും തല്ലി ഉറക്കെ പ്രാകി പായാരം പറയുന്ന പെണ്ണുങ്ങളെയല്ലേ..

മാരണക്കല്ലിൽ മുളകരച്ചുതേച്ച്, പെറാറായ ആടിനെ കട്ടോണ്ടു പോയ നട്ടച്ചൂനിയെ ചോര തൂറിക്കണേ എന്നു പ്രാർത്ഥിക്കുന്ന പെണ്ണുങ്ങളുടെ ഭാഷയല്ലേ നമുക്കു തിരിയൂ..

അല്ല നീ പറ, നല്ല നാലു പച്ചത്തെറി കേൾക്കാതെ എങ്ങനെയാ ഞാനുറങ്ങുക?

എനിക്കു തോന്നുമ്പോഴൊക്കെ നിന്റെ രക്തവും മാംസവും രുചിക്കാതെങ്ങനെയാണ് ഞാനിവിടെ കഴിയുക?

നമ്മുടെ വേരുകൾ ഒന്നാണ്..

ഒരു ശിലയിൽ നിന്നാണ് നാം മുളച്ചത്.

നീ ദൃശ്യം ഞാൻ അദൃശ്യം..

നീ രൂപം ഞാൻ സങ്കല്പം...

നീയില്ലാതെ ഞാനോ ഞാനില്ലാതെ നീയോ ഇല്ല..

ഞാനതിനു സമ്മതിക്കില്ല...

ആ കണ്ണുകളിൽ ആളുന്ന അഗ്നിയാണ്..

പുരങ്ങൾ ചുട്ടെരിച്ച അഗ്നി..

നൂറ്റാണ്ടുകളിലൂടെ പടർന്നു കത്തുന്ന ഘോരാഗ്നി.

കൊയ്ത്തിനു പാകമായി കിടക്കുകയാണ് മരുതം. നിണ്ടുനീണ്ടു കിടക്കുന്ന പഴുത്ത നെല്ലിന്റെ കടൽ..

തീ നിറമുള്ള പൂക്കൾ വീണ് കുളക്കരയാകെ ചെമ്പട്ടു വിരിച്ചിരുന്നു.

പാലൈമേട്ടിൽ ഒളിച്ചിരിക്കുന്ന കള്ളന്മാർ എപ്പോൾ വേണമെങ്കിലും ചാടിവീഴും.

അവരവർക്കു വേണ്ടതത്രയും കൊയ്തുകൊണ്ടു പോകും..

കൊള്ള പാലൈമേടിന്റെ അവകാശം...

പക്ഷേ, വന്നത് പാലൈമേട്ടിലെ കള്ളന്മാരല്ല..

അന്നോളം കണ്ടു പരിചയമില്ലാത്ത ചിലർ..

അവരുടെ തൊലിക്ക് വിളറിയ സൂര്യന്റെ നിറമായിരുന്നു.

അവരുടെ കണ്ണുകൾ ചത്ത മീനുകളെപ്പോലെ വെളുത്തതായിരുന്നു.

അവർക്ക് കൂടെ ആയുധധാരികളായ കാവല്ക്കാരുണ്ടായിരുന്നു.

അവരോടൊപ്പം അവരുടെ ദൈവങ്ങളുമുണ്ടായിരുന്നു. പുതിയ ദൈവങ്ങൾ.

ഒരാരവത്തോടെ അവർ കുളക്കരയിലെ മാടങ്ങളിലേക്ക് കയറി വന്നു.

അണയാറായ പന്തങ്ങളിൽനിന്നുള്ള അരണ്ട വെളിച്ചം അവിടവിടെ ചിതറി വീഴുന്നുണ്ട്.

ഈ നാട്ടിൽ ദോഷങ്ങൾ പെരുകിയിരിക്കുന്നു.

ഈ നാട് പ്രജാപതിക്ക് ദോഷം വരുത്തുന്നു.

അവർ ഉച്ചത്തിൽ വിളിച്ചു പറഞ്ഞു.

പറയൂ.. ആരാണ് നിങ്ങളുടെ ദൈവം..

ആർക്കാണ് നിങ്ങൾ ആരാധനകൾ അർപ്പിക്കുന്നത്..?

പാതിയുറക്കത്തിൽ ഞെട്ടിയുണർന്നവർ പരസ്പരം നോക്കി..

കൊയ്തെടുക്കുന്നതിൽ ഒരു പങ്ക് മഴ നല്കിയവന് മാറ്റിവെക്കലാണ് ശീലം..

നിങ്ങളിവിടെ നീച ദേവതകളെ പൂജിക്കുന്നു.

യജ്ഞത്തിൽ ഭാഗം പറ്റാൻ പാടില്ലാത്ത അധമ ശക്തികളെ ആരാധിക്കുന്നു.

ദുർമന്ത്രവാദിനികളുടെ മാന്ത്രിക വിദ്യകൾക്കടിമകളായ ഈ ജനം ശപിക്കപ്പെട്ടവരാണ്..

അതിനാൽ ഈ മരുതമാകെ കത്തിച്ചു കളയുക..

കെടാറായ പന്തങ്ങൾ ആരൊക്കെയോ വലിച്ചെടുത്തു.

എവിടെ നിന്നെന്നറിയാതെ ഒരു കാറ്റ് പറന്നെത്തി.

ആൾക്കൂട്ടത്തിന്റെ ഏറ്റവും പിൻനിരയിൽ ഭയന്നുവിറച്ച് ഒരു പെൺകുട്ടി നില്ക്കുന്നത് ഇപ്പോൾ വ്യക്തമായി കാണാം..

അവൾ രണ്ടു കൈ കൊണ്ടും അവളുടെ അടുത്തു നിന്നവനെ ഇറുകെ പിടിച്ചിരുന്നു.

അവനവളെ തന്നിലേക്ക് ചേർത്ത് പിടിച്ചിട്ടുണ്ട്..

നാലുപാടും അഗ്നി വിഴുങ്ങിയത് പെട്ടെന്നാണ്..

ചെംപൂക്കൾ നിറഞ്ഞുനിന്ന മരങ്ങൾ നിന്നുകത്തി..

തീ പിടിച്ച ദേഹങ്ങൾ വീണു നിറഞ്ഞ് തടാകം ഒരു ഹോമകുണ്ഡമായി..

എപ്പോഴാണ് ഇറുകിപ്പിടിച്ച കൈകൾ വിട്ടു പോയതെന്നറിഞ്ഞില്ല..

അന്നു തുടങ്ങിയ അലച്ചിലാണ്..

ആണ്ടോടാണ്ട് കാത്തിരിപ്പ്..

ഇനിയും നിന്നെ വിട്ടുപോകാൻ എനിക്കാവില്ല..

അന്നവർ നമ്മുടെ ദൈവങ്ങളെ നീചരെന്നാക്ഷേപിച്ചാണ് ചുട്ടെരിച്ചത്..

ഇന്നവർ വീണ്ടും നമ്മുടെ ദൈവങ്ങളെ തട്ടിപ്പറിക്കുന്നു...

അതുകൊണ്ട് നമുക്ക് പോവാം.. ഈ കാവും ഈ ഊരും അവരെടുത്തോട്ടെ..

അവര് ദൈവങ്ങൾക്കിടയിൽ മദ്ധ്യസ്ഥരാവട്ടെ.

നെറ്റിയിലെ മുറിവടുക്കളൊക്കെ അപ്രത്യക്ഷമായല്ലോ.

പറക്കുട്ടിയും ചുടലക്കാളിയും ജഗജാലിയും പിന്നെയുമാരൊക്കെയോ നിരന്നുനിന്ന് യാത്ര പറയുന്നു.

മാരണക്കല്ലിൽ മുളകരച്ചു തേച്ച് നെഞ്ചിൽ തല്ലി ഉറക്കെ വിളിച്ചു പറയുന്നത് ആരാണെന്ന് മനസ്സിലാവുന്നില്ല..

വെളിച്ചപ്പാടേ, പെണ്ണിനു പനിച്ചിട്ടു വയ്യാലോ എന്ന് ആരോ പറയുന്നുണ്ട്.

ഇടത്തും വലത്തും മുന്നിലും പിന്നിലും നിന്ന് കാത്തോളാം എന്നു പറയാൻ ശബ്ദം പൊങ്ങുന്നില്ലല്ലോ..

ചെംപട്ട്.. അരമണിയുടെ കിലുക്കം..

ചിലമ്പിന്റെ ഗീതകം..

മുല്ലത്തറയിൽനിന്ന് ഒരു കാറ്റ് എഴുന്നേറ്റു വരുന്നു..

ഉള്ളിലാകെ വെളിച്ചം നിറയുന്നു...

പോകാം... അവൾ കൈനീട്ടി വിളിക്കുന്നു..

കൃഷ്ണവർണ്ണം.. ചെം വരകളോടിയ കണ്ണുകൾ..

അവൾടെ കൂടെ പൊറുത്തോ എന്ന് പ്രാകുന്ന അവളെന്തിനാ കരയുന്നത്.?

കൈകൾ രണ്ടും തലയിൽ തല്ലി അവളെന്താണ് ഉറക്കെയുറക്കെ പറഞ്ഞോണ്ടേയിരിക്കുന്നത്...

മെല്ലെ കൈകൾ വിടർത്തി വായുവിലേക്ക്... ആകാശത്തിലേക്ക്... വെളിച്ചത്തിലേക്ക്...

അപ്പോൾ ദൈവത്തറയുടെ പുറംചുമരുകൾ ഇടിഞ്ഞുവീഴുകയും ഒരു തീക്ഷണം ആകാശത്തേക്ക് അപ്രത്യക്ഷമാവുകയും ചെയ്തു.

നീ, ഞാൻ എന്നീ രൂപകങ്ങൾ

"സുധാകരാ മറക്കണ്ട, ഫസ്റ്റ് ഷോയ്ക്ക് രണ്ട് ടിക്കറ്റ്..."

"ഉവ്വ്, പറഞ്ഞിട്ടുണ്ട്."

സുധാകരനെ മാത്രമേ മോഹനകൃഷ്ണൻ ഇത്തരം കാര്യങ്ങൾ ഏല്പിക്കാറുള്ളൂ. അയാളെ ഏല്പിച്ചാൽ പിന്നെ സംശയിക്കേണ്ട എന്നാണ് മോഹനകൃഷ്ണന്റെയും ന്യായം.

"ഞാനിത്തിരി നേരത്തെ ഇറങ്ങും. സുധാകരനിവിടെ കാണണം."

അതും സുധാകരനറിയാം.

ഇനി സുധാകരനോടു ചോദിക്കാതെ അയാളുടെ കാറുമെടുത്ത് മോഹനകൃഷ്ണൻ പുറത്തേക്ക് ഓടിച്ചുപോകും. മോഹനകൃഷ്ണൻ നേരെ ചെല്ലുക തീവണ്ടി സ്റ്റേഷനിലേക്കാണ്.

അയാളെത്തുമ്പോൾ പ്ലാറ്റ്ഫോമിൽ വേണാട് കിതച്ചു കാത്തു നില്ക്കുന്നുണ്ടാവും. യാത്രക്കാരിൽ ചിലർ തങ്ങൾക്കൊരു തിരക്കുമില്ലെന്ന പോലെ വണ്ടിക്കു പുറത്തിറങ്ങി ജനലഴികളിൽ പിടിച്ച് അലസം നില്ക്കുന്നുണ്ടാവും..

'ഇന്നും ലേറ്റ് തന്നെ....' മോഹനകൃഷ്ണൻ പ്ലാറ്റ്ഫോമിലെ ഡിസ്പ്ലേ സ്ക്രീനിൽ നോക്കി സ്വയം പറയുകയും അതിനു മുന്നിൽ നിരയായി ഒഴിഞ്ഞു കിടക്കുന്ന ഇരിപ്പിടങ്ങളിലൊന്നിൽ ഇരിക്കുകയും ചെയ്തു.

"എവിടേക്കാ....?"

മോഹനകൃഷ്ണന്റെ ആത്മഗതം കേട്ടിട്ടാവണം അപ്പുറത്ത് ഉറക്കം തൂങ്ങിയിരുന്ന ഒരാൾ ചോദിച്ചു.

"എന്ത്....?"

"നിങ്ങളേതോ വണ്ടി ലേറ്റാണെന്ന് പറഞ്ഞല്ലോ."

"അതിന്....?"

"ഏതാ വൈകുന്ന വണ്ടി എന്നറിയാൻ ചോദിച്ചതാ..."

"ഏതെങ്കിലും വണ്ടി വൈകാതിരിക്കില്ലല്ലോ.... അതോണ്ട് വൈകി വരുന്ന വണ്ടി അങ്ങനെ വരട്ടെ...."

മോഹനകൃഷ്ണൻ പറഞ്ഞത് മനസ്സിലായിട്ടോ അല്ലാതെയോ അയാൾ ചുറ്റുമൊന്ന് നോക്കുകയും തന്റെ ഉറക്കത്തിലേക്ക് മടങ്ങിപ്പോവുകയും ചെയ്തു.... വേണാട് ഒന്നു നീട്ടി ചൂളം വിളിച്ച് മെല്ലെ ഉരുണ്ടു തുടങ്ങി. മോഹനകൃഷ്ണന്റെ കണ്ണുകൾ അടഞ്ഞുപോവുകയും സ്റ്റേഷൻ ഒരു നിശ്ശബ്ദതയിലേക്ക് മുങ്ങുകയും ചെയ്തു.

തൊട്ടടുത്ത കസേരയിൽ അവൾ വന്നിരുന്നത് അയാൾ അറിയാഞ്ഞിട്ടല്ല.... അവളോടൊപ്പം നനുനനെ നനുത്ത ഒരു സുഗന്ധംകൂടി വരും. അവളുടെ മണം...

കണ്ണു തുറക്കണ്ട.... അവൾ വിളിക്കട്ടെ...

അവൾ അയാളോട് ചേർന്നിരുന്ന് രണ്ടുകൈ കൊണ്ടും അയാളുടെ വലതു കൈ കെട്ടിപ്പിടിച്ച് മുഖം ചുമലിൽ ചേർത്ത് പതുക്കെ ചോദിച്ചു.

"ന്നെ കാത്തിരിക്കാൻ വന്നിട്ട് ഉറങ്ങിപ്പോയതെന്തേ....?"

"ഉറങ്ങീലല്ലോ... നിന്റെ മണംപിടിച്ച് ഇരുന്നതല്ലേ ഞാൻ..."

"എന്നാ എഴുന്നേല്ക്ക്..."

"ഇത്തിരി നേരംകൂടി അങ്ങനെയിരിക്ക്..." അയാളവളുടെ നെറുകയിൽ ചുണ്ടമർത്തി...

"കാലമത്രയുമുരുണ്ടു തീർന്നാലും നമ്മളിങ്ങനെ ഇരിക്കുമല്ലോ.... എന്റെ ശിരസ്സിൽ നിലാവു നിറയുന്നു. നിന്റെ ചുംബനത്തിലൂടെ നീയെന്നിലേക്ക് ഒരു നിറ പൗർണ്ണമി പകർന്നു തരുന്നു."

പുറത്ത് മഞ്ഞുപെയ്യുന്നുണ്ട്.

"നമുക്ക് നടക്കാം..." അവൾ പറഞ്ഞു.

"നീ എനിക്കൊരു കഥ പറഞ്ഞുതന്നിട്ട് എത്ര നാളായി.... ഉറങ്ങാതെ കാവലിരുന്ന നൂറു കണ്ണുള്ള കാവല്ക്കാരനെ കഥ പറഞ്ഞുറക്കിയ ഒരു കഥയില്ലേ.... അതുപോലെ എന്റെ അകമാകെയുള്ള അടയാത്ത അനേകം കണ്ണുകളെ ഇന്നു നീ കഥ പറഞ്ഞുറക്കണം."

"എന്നിട്ടാ കണ്ണുകളെ ഞാനേതു മയൂരത്തിനു ദാനംചെയ്യും."

ഒരുമിച്ചു സിനിമയ്ക്കു പോകുമ്പോൾ സ്ഥിരംവഴക്ക് കഥ പറയുന്നതിനാണ്. സിനിമയുടെ കഥാഗതിയൊന്നും ശരിയല്ലെന്നും പകരം അതിങ്ങനെയൊക്കെ ആവണമായിരുന്നു എന്നുപറയാതെ മോഹനകൃഷ്ണന് സിനിമ കാണാനാവില്ല.

"നിന്റെ കഥ കേൾക്കാനല്ല ഞാൻ വന്നത്. അത് ദിവസവും കേൾക്കുന്നുണ്ടല്ലോ... ഇപ്പോഴെങ്കിലും ഒന്നു മിണ്ടാതിരുന്നുകൂടെ നിനക്ക്..." അവൾ ദേഷ്യപ്പെടും.

എവിടെനിന്നോ ഒരു കാറ്റ് അവളെയൊന്ന് ചുറ്റിപ്പിടിച്ച് ആ മുടിയിഴകളെ ഒന്നു ചിക്കി ഓടിപ്പോയി.

"തണുക്കുന്നു..." അവൾ അവനിലേക്ക് ഒന്നുകൂടി ചേർന്നു.

കണ്ണെത്താഴികെ എല്ലാം മൂടിക്കെട്ടിയ ഒരു ഒറ്റയാൾ ചായക്കടയിൽ നിന്ന് ആവി പറക്കുന്നുണ്ട്...

"ചായ വേണോ...?"

"ഉം...."

ആദ്യത്തെ ഗ്ലാസെടുത്ത് തുടച്ച് അവൾക്കു കൊടുത്തു മോഹന കൃഷ്ണൻ. ഉള്ളിലേക്ക് തുള്ളി തുള്ളിയായി തീയിറങ്ങിപ്പോകുമ്പോലെ... എന്നിട്ടും തണുപ്പു കുറയുന്നില്ലല്ലോ... പാതി കുടിച്ച ഗ്ലാസ് അവൾ നീട്ടിയത് വാങ്ങി തന്റേത് അവൾക്കു നല്കി... "നോക്ക്, ഇതിലെന്തോ അയാൾ പ്രത്യേകം ചേർത്തിട്ടുണ്ട്...."

"എവിടെ, നോക്കട്ടെ..." "അങ്ങനിപ്പോ നോക്കണ്ട..." അവൾ ഒരു തുള്ളി ശേഷിക്കാതെ അതു മുഴുവൻ കുടിച്ചു... എന്നിട്ടവനെ നോക്കി മന്ത്രിച്ചു.

"തണുക്കുന്നു."

വഴിവിളക്കുകളുടെ ഏകാന്തത മാത്രമേയുള്ളൂ. തകര മേല്ക്കൂര കളിൽ മഞ്ഞുപൊഴിയുന്ന നനുത്ത ശബ്ദംകേൾക്കാം... മാമ്പഴത്തിന്റെ നിറമുള്ള കമ്പിളിഷാൾ കൊണ്ടവൾ മൂടിപ്പുതച്ചു. എന്നിട്ടവനെ നോക്കി ചിരിച്ചു...

"എന്നെ തനിച്ചാക്കി പോവുമോ...?"

അവളുടെ കണ്ണുകൾ രണ്ടു വലിയ തുള്ളികൾ നിറഞ്ഞ് തിളങ്ങുന്നു ണ്ടായിരുന്നു. നിറയെ പൂത്തുനില്ക്കുന്ന ചെമ്പകച്ചോട്ടിലെ മരബെഞ്ചിൽ ഇരിക്കുകയാണ് അവനും അവളും. അഞ്ചിതളുകളുള്ള വിളക്കിന്റെ വെളി ച്ചത്തിൽ പെയ്യുന്ന മഞ്ഞു നൂലുകൾക്ക് വൈഡൂര്യ പ്രഭ. അവളുടെ മുടിയിഴകളിൽ നക്ഷത്രങ്ങൾ കോർത്തിട്ടതുപോലെ തുഷാര ബിന്ദുക്കൾ.

"നിന്നിൽ നിന്ന് ഞാനെവിടെ പോകാനാണ്..." അവൻ ചോദിച്ചു.

"നീയെന്നെ ഓർമ്മിക്കുക തന്നെയില്ല."

"ഇല്ല, ഓർമ്മിക്കുകയേയില്ല..."

അവളുടെ കണ്ണുകളിൽ സങ്കടം പിടയുന്നതും കവിളുകളിൽ കര ച്ചിൽ കിനിയുന്നതും അവൻ കണ്ടു.

"ഓർക്കണമെങ്കിൽ ആദ്യം മറക്കണ്ടേ... അതുകൊണ്ട് എനിക്കു നിന്നെ ഓർക്കേണ്ടതായേ വരില്ലല്ലോ..."

"ദുഷ്ടൻ...." അവളവന്റെ കാതിൽ പറഞ്ഞു...

"എന്നാലും പോകുന്നതിനു മുമ്പ് നീയെനിക്കൊരു ചൂഡാമണി തരണം... നിന്റെ അടയാളമായി..." അവളാ കാതോരങ്ങളിൽ മെല്ലെ ഉമ്മ വച്ചു...

"എനിക്ക് ശരിക്കും തണുക്കുന്നുണ്ട്." അവളുടെ ശബ്ദത്തിൽ നേർ ത്തൊരു വിറയൽ അവനു സ്പർശിക്കാനാവുന്നുണ്ട്.

"നിന്നിൽനിന്ന് എന്നിലേക്കുള്ള ദൂരമത്രയും ഉരുകി ഇല്ലാതാവും വരെ നീ നിന്റെ ഊഷ്മാവുകൊണ്ട് എന്നെ സ്നേഹിക്കുക..."

അവനിലേക്ക് ലയിച്ചു ചേരാനെന്നവണ്ണം അവളവനെ ഇറുകെപ്പു

ണർന്നു. മഞ്ഞ് വെളിച്ചത്തിനും അവർക്കുമിടയിൽ നിറഞ്ഞു കവിഞ്ഞു. അവനിൽ നിന്ന് ചൂട് അവളിലേക്ക് ഒഴുകിയിറങ്ങുകയും അവളുടെ കഴുത്തിൽ വിയർപ്പുപൊടിയുകയും ചെയ്തു.

"ഇനിയെനിക്കാ കഥ പറഞ്ഞു താ..." കണ്ണുകൾ തുറക്കാതെ അവൾ പറഞ്ഞു.

"ഒരിടത്ത് ഒരിക്കൽ ഒരു ഞാനുണ്ടായിരുന്നു." മോഹനകൃഷ്ണൻ പറഞ്ഞു തുടങ്ങി.

"അപ്പോൾ ഞാനുണ്ടായിരുന്നില്ലേ..." അവൾ ചൊടിച്ചു...

"എന്നാൽ ഒരിടത്ത് ഒരു നീയുണ്ടായിരുന്നു."

"അതു ശരിയാവില്ല... നീയില്ലാതെ ഞാനെങ്ങനെയുണ്ടാവാൻ...."

"എന്നാൽ പിന്നെ ഒരിക്കൽ ഒരിടത്ത് ഒരു നമ്മളുണ്ടായിരുന്നു എന്നാക്കാം."

"അല്ലെങ്കിൽ വേണ്ട, ഒരിക്കലും ഒരിടത്തും ഒരു നമ്മളുണ്ടായിരുന്നില്ല എന്നുതുടങ്ങാം..."

"അതുകൊള്ളാം... ഒരിക്കലും ഒരിടത്തും ഇതിനുമുമ്പ് നമ്മളുണ്ടായിട്ടേയില്ല.."

കണ്ണുതുറന്ന് അവളവനെ നോക്കി...

"എന്നിട്ട്...?"

"നിലാവ് പട്ടു പരവതാനി വിരിച്ച ഒറ്റയടിപ്പാതയിലൂടെ നമ്മളങ്ങനെ നടക്കുകയാണ്. എത്രദൂരം നടന്നുതീർന്നു എന്ന് നമുക്കറിഞ്ഞുകൂടാ... ഇനി എത്ര നടക്കാനുണ്ടെന്നും അറിഞ്ഞുകൂടാ... ഇനി നടക്കാനുണ്ടോ എന്നുതന്നെ ഉറപ്പില്ല... പക്ഷേ, പാതയുടെ അറ്റത്ത് ഒരു കുന്നുണ്ട്. നിലാവസ്തമിക്കുന്നതിനു മുമ്പ് ആ കുന്നിനു മുകളിലെത്തണം...

മുന്നിലോ പിന്നിലോ ആരുമില്ലല്ലോ... പാല പൂത്ത സുഗന്ധമുണ്ട് കാറ്റിലാകെ..."

"ഇനിയേറെയുണ്ടോ കയറാൻ...?"

"അറിഞ്ഞുകൂടാ..."

"ഇത്തിരിനേരമിരിക്കാം..." അവൾ തളർന്നിരുന്നു.

"മുകളിലെത്തിയാലോ...?" അവന്റെ ചുമലിലേക്ക് ചാഞ്ഞ് അവൾ ചോദിച്ചു...

"മുകളിൽ നിറയെ നിലാപ്പൂക്കളുള്ള ഒരു മരമുണ്ട്. നിലാവസ്തമിക്കുന്നത് അതിലെ പൂക്കൾ മുഴുവൻ കൊഴിഞ്ഞു തീരുമ്പോഴാണത്രേ... അവസാനത്തെ പൂ വീഴുന്നതിനു മുമ്പ് അവിടെ എത്തുന്നവരെ സ്വർഗ്ഗത്തിലേക്ക് കൊണ്ടുപോകാനുള്ള വാഹനം മരച്ചുവട്ടിൽ കാത്തുനില്ക്കുന്നുണ്ടാവും എന്നാണ് കഥ."

"എങ്കിൽ നമുക്ക് അവിടെ എത്തേണ്ട..." അവൾ അവന്റെ നെഞ്ചിലേക്ക് ചാഞ്ഞു.

"ഇതാണ് എന്റെ സ്വർഗ്ഗം... ഇവിടംവിട്ട് ഞാനെവിടേക്കുമില്ല..."

അവളുടെ മുടിച്ചുരുളിലൂടെ ഇഴഞ്ഞു നടക്കുന്ന വിരലുകളെ പിടിച്ച്

അവൾ ചോദിച്ചു.

"അപ്പോൾ ഇല്ലാത്ത നമ്മൾ തിരിച്ചു നടക്കുകയല്ലേ... നമുക്കാ കുന്നു കയറുകയേ വേണ്ട."

ദൂരെയെവിടെ നിന്നോ കഥകളിപ്പദം കേൾക്കാനുണ്ട്...

കാതരമിഴിമൗലിമാലികേ, ദമ-
സോദരി, നിനക്കു ബാലികേ,
ഏതൊരു പുരുഷനിലുള്ളിൽ കൗതുകം, പാരി-
ലാദരണീയം തസ്യ ജാതകം;
ഏണമിഴി പറവാൻ മടിക്കരുതേ!

നളചരിതമാണ്...

"നീ ഹംസം, ഞാൻ ദമയന്തി..." അവൾ ചുവടുവച്ചു തുടങ്ങി.

"അപ്പോൾ നളൻ...?"

"കുറച്ചു കഴിയുമ്പോൾ ഹംസവേഷം വിട്ട് നീ നളനായ്ക്കോ..."

"അരയന്നമന്നവ, നിന്നോടെന്തിഹ ഞാൻ പറവു?
കുലകന്യകമാരാൽ ഹൃദി ഗൃഹനീയം വസ്തു പറയാമോ?"

അവൾ പാടിത്തുടങ്ങി.

മോഹനകൃഷ്ണൻ ഭാരരഹിതനായി, രൂപരഹിതനായി വെള്ളിമേഘങ്ങൾക്കിടയിലൂടെ അനന്തതയിലേക്ക് പറന്നു പോവുകയാണ്...

ഏതോ തീവണ്ടിയുടെ ചൂളം... ചെവികളിലേക്ക് തുളച്ചുകയറുന്ന തണുപ്പ്... ആരൊക്കെയോ വേഗം നടക്കുന്നതിന്റെ ശബ്ദങ്ങൾ...

"പോണ്ടേ..."

അവളവന്റെ കൈയിൽ കൈകോർത്ത് ചോദിച്ചു...

"മതിയായില്ല..."

അവളുടെ വിരലുകളോരോന്നായി അമർത്തി അവൻ പറഞ്ഞു.

"ഞാനൊരു കിനാവുകണ്ടു. ഒരു രാത്രി മുഴുവൻ നീണ്ട ഒറ്റക്കിനാവ്..."

അലഞ്ഞു നടക്കുന്നവരുടെ രാത്രി സങ്കേതമാണത്... ചെറിയ തീക്കുണ്ഡങ്ങൾക്കു ചുറ്റും മുഖമില്ലാത്ത മനുഷ്യർ കൊട്ടുംപാട്ടും നൃത്തവുമായി ആഘോഷിക്കുന്ന ഏതോ ഇടം.

"എനിക്കറിയില്ല നമ്മളെങ്ങനെയാണ് അവിടെ എത്തിയതെന്ന്... പക്ഷേ, അവരാരും നമ്മളെ നോക്കിയതേയില്ല... ഇരുട്ടും വെളിച്ചവും നാഗരൂപങ്ങളായി പരസ്പരം പടർന്നുകയറുകയും അടർന്നുമാറുകയും ചെയ്യുന്നതും നിഴലുകൾ അന്യോന്യം കീഴടക്കുന്നതും കണ്ട നീയെന്നെ എന്തിറുക്കെയാണ് കെട്ടിപ്പിടിച്ചത്..."

"ഞാനുമോർക്കുന്നു..." അവൾ പറഞ്ഞു.

"കണ്ണുകൾ ഇറുക്കിയടച്ച് നിന്നിലേക്ക് പടരുകയായിരുന്നു ഞാൻ..."

"അന്നാണ് നീ എന്നെ ഏറ്റവും മനോഹരമായി ചുംബിച്ചത്. അന്നാണ് ഏറ്റവുമാഴത്തിൽ നീയെന്നെ പ്രണയിച്ചത്..."

"ഇനി എപ്പോഴാവും നമ്മൾ കാണുക.?"

അവൾ പിന്നെയും ചോദിച്ചു.

"ഒരേ കിനാവു പകുത്തു കാണുന്നവരല്ലേ നമ്മൾ.. നമ്മളിൽ നിന്ന് നമ്മൾ എവിടേക്കു പോകാൻ..."

"നീ, ഞാൻ എന്നിങ്ങനെ രണ്ടുപേർ ഇല്ലല്ലോ..."

അടഞ്ഞ കണ്ണുകൾക്കു പിന്നിൽ മോഹനകൃഷ്ണൻ അതിതീവ്രമായ പ്രകാശം കാണുന്നുണ്ടായിരുന്നു.

അവളുടെ കൈകൾ മുകളിലേക്ക് നീങ്ങുന്നതും കഴുത്തിലും മുഖത്തും മുടിയിഴകളിലും പരതി നടക്കുന്നതും അയാൾ അറിയുന്നുണ്ട്. അവളുടെ ചുണ്ടുകൾ കാതിലും കവിളിലും കൺപോളകളിലും ഉമ്മ വെക്കുന്നത് അയാൾക്കനുഭവിക്കാനാവുന്നുണ്ട്.

കണ്ണുകൾ തുറക്കാനാവുന്നില്ലല്ലോ മോഹനകൃഷ്ണന്. ഉന്മാദത്തിന്റെ കല്ലുകൾ ഉരുകിത്തീരുന്നതുപോലെ... ഇരുകൈകൾ കൊണ്ടും അയാളവളെ മുറുകെപ്പിടിച്ചു...

"കണ്ണുകൾ തുറക്കണ്ട. കൺപോളകൾക്കു മേൽ ഞാൻ വച്ച ചുംബനങ്ങൾ താഴെ വീണാലോ...?"

എന്തോ പറയണമെന്ന് അയാൾക്കുണ്ട്...

ഒന്നും പറയണ്ട... അവളാ അധരങ്ങളിൽ അമർത്തിച്ചുംബിച്ചു.

മെല്ലെ മെല്ലെ ഉടലിൽ നിന്ന് അവളൊഴിഞ്ഞു പോകുന്നു. മോഹനകൃഷ്ണന്റെ കൈകൾക്ക് മുറുക്കം നഷ്ടപ്പെടുകയാണല്ലോ...

അവളുടെ മണം, അവളുടെ വെളിച്ചം അകന്നകന്നു പോകുന്നു.

മോഹനകൃഷ്ണന്റെ ഇറുക്കിപ്പിടിച്ച വിരലുകൾക്കിടയിൽ നിന്ന് സുധാകരൻ കീറാത്ത രണ്ടു സിനിമാ ടിക്കറ്റുകൾ മെല്ലെ പിടിച്ചുവാങ്ങി.

കസേരയ്ക്കടിയിൽ കിടന്ന വിരിഞ്ഞു തുടങ്ങിയ മുല്ലപ്പൂക്കളുടെ ചെറിയ ഇലപ്പൊതി അയാൾ കുനിഞ്ഞെടുത്തു.

അയാൾ നെഞ്ചിൽ ചേർത്തുപിടിച്ച മാമ്പഴനിറമുള്ള കമ്പിളിഷാൾ എടുത്തുമാറ്റാൻ സുധാകരന് ഇത്തിരി ബലം പ്രയോഗിക്കേണ്ടി വന്നു.

സുധാകരന്റെ ചുമലിൽ പിടിച്ച് പുറത്തേക്ക് നടക്കുമ്പോഴും മോഹനകൃഷണൻ കണ്ണുകൾ തുറന്നതേയില്ല.

വിശുദ്ധം

ഒന്ന്

"ഏതാ ജാതി...?"

പ്രവേശന കവാടത്തിലെ കറുത്ത കോട്ടു ധരിച്ച പഴയ പട്ടാളക്കാരൻ ഗൗരവത്തിലാണ് ചോദിച്ചത്.

ഓരോ തവണ ബയോഡാറ്റ എഴുതുമ്പോഴും ആവർത്തിക്കുന്നതാണെങ്കിലും നേരിട്ട് ആ ചോദ്യം കേൾക്കുമ്പോൾ ങ്ഹേ എന്നൊരു ഞെട്ടലാണ്.

ചോദിച്ചത് കേട്ടില്ലായിരിക്കും എന്നു കരുതിയാവണം അയാൾ ചോദ്യം ആവർത്തിച്ചു.

ഇനി ഇവനെങ്ങാൻ എനിക്കു ജാതിയില്ല എന്നു പറഞ്ഞുകളയുമോ എന്നൊരു അങ്കലാപ്പ് അയാളുടെ ശബ്ദത്തിൽ ഉള്ളതുപോലെ സിദ്ധാർത്ഥിനു തോന്നി.

അവൻ തന്റെ തിരിച്ചറിയൽ കാർഡ് അയാൾക്കു നല്കി. അതിൻ പ്രകാരം അവന്റെ പേര് നായർ സിദ്ധാർത്ഥ് രാമകൃഷ്ണൻ എന്നായിരുന്നുവല്ലോ...

പൂനെയിൽനിന്നും വന്ന ഒരു പെൺകുട്ടിയുണ്ടായിരുന്നു അവരുടെ ക്ലാസിൽ.

സിദ്ധാർത്ഥ് ഓർത്തു.

പേര് തിയ്യ സോണി ദിവാകർ ദാസ്

അവിടെയൊക്കെ ഇങ്ങനെയാണ്. അവൾ പറഞ്ഞു.

ആദ്യം ജാതി, പിന്നെ പേര്.

അതു കൊള്ളാലോ എന്നാദ്യം തോന്നിയത് മുരളീധരൻ പിള്ളസാ

റിനാണ്.

ഇപ്പോളിവിടെ പേരിൽ ജാതി കോർത്തു നടക്കാൻ സാധിക്കുന്നത് ആകെ കുറച്ചുപേർക്കല്ലേയുള്ളൂ.

പിള്ള ഒരു രക്ഷാകർത്തൃസമിതി യോഗത്തിൽ വാദിച്ചു.

അതുകൊണ്ട് നമുക്ക് കുട്ടികളുടെ പേരുകളൊക്കെ ഒന്ന് പരിഷ്കരിച്ച് എഴുതിയാലെന്താ...?

സമിതിയിൽ പിള്ളയ്ക്ക് എതിർപ്പുകളൊന്നും നേരിടേണ്ടി വന്നില്ല. എന്നു മാത്രമല്ല സവർണ്ണ അവർണ്ണ വിവേചനത്തിനെതിരെയുള്ള ശക്തമായ ഒരു മുന്നേറ്റമായി പിള്ളയുടെ നീക്കം വിലയിരുത്തപ്പെടുകയും ചെയ്തു.

അങ്ങനെയാണ് സിദ്ധാർത്ഥ് രാമകൃഷ്ണൻ, നായർ സിദ്ധാർത്ഥ് രാമകൃഷ്ണൻ ആയിത്തീർന്നത്.

കറുത്ത കോട്ടിട്ട പഴയ പട്ടാളക്കാരൻ അവനുള്ള പ്രവേശന പാസ് തയ്യാറാക്കിക്കഴിഞ്ഞിരുന്നു.

"ദാ... നേരെപോയി വലതുഭാഗത്തു കാണുന്ന ആറാമത്തെ ഹാളാണ്."

അയാൾ സിദ്ധാർത്ഥിനു വഴികാണിച്ചു.

ഗേറ്റിനപ്പുറത്ത് നിറയെ ആളുണ്ട്. നന്നായി അണിഞ്ഞൊരുങ്ങിയ സുന്ദരികളും സുന്ദരന്മാരും.

ഒരു തിടുക്കവും കാട്ടാതെ... ഒരു ശബ്ദവുമുണ്ടാക്കാതെ...

സിദ്ധാർത്ഥ് ആറാം നമ്പർ മുറിയിലേക്ക് നടന്നു. സാമാന്യം വലിപ്പമുള്ള ആ ഹാളിൽ നിറയെ ആളുണ്ട്. മുന്നിലുള്ള ഡിജിറ്റൽ ബോർഡിൽ തെളിയുന്ന നമ്പർ അനുസരിച്ച് ഓരോരുത്തരായാണ് അകത്തേക്ക് പോകേണ്ടത്.

ഒരു പ്രശസ്ത ഡോക്ടറെ കാണാൻ മുൻകൂട്ടി അനുമതി വാങ്ങി കാത്തിരിക്കുന്നതുപോലെ തോന്നി അവന്.

പിൻനിരയിൽ മൂന്നാമതായി ഒരു കസേര ഒഴിവുള്ളതിൽ സിദ്ധാർഥ് ഇരുന്നു. മൊബൈൽ ഫോണിൽ എന്തോ ചെയ്തുകൊണ്ടിരുന്ന അടുത്ത സീറ്റിലെ പെൺകുട്ടി തല ചെരിച്ച് അവനെ നോക്കി. അവൻ അവളെ നോക്കി ഒന്നു ചിരിച്ചു.

"എത്രയാ നമ്പർ...?"

അവൾ ചോദിച്ചു.

"63."

"അപ്പോൾ ഞാനാണാദ്യം." അവൾ ചിരിച്ചു.

"ഞാൻ അപർണ്ണ." അവൾ അവനുനേരെ കൈ നീട്ടി.

"സിദ്ധാർത്ഥ്." അവൻ ആ കൈ സ്വീകരിക്കുകയും ചെയ്തു.

"ഇവിടിരുന്ന് കൂടുതൽ സംസാരിക്കുന്നതിന് വിലക്കുണ്ട്. നമുക്ക് പുറത്തേക്കിറങ്ങിയാലോ?"

അവൾ ചോദിച്ചു.

പുറത്ത് വിശാലമായ മുറ്റത്ത് അവിടവിടെയായി പലരേയും അവൻ വരുമ്പോൾ കണ്ടതാണ്.

മുറ്റത്ത് മതിലിനോടുചേർന്ന് നിറയെ ഉയരംകുറഞ്ഞ മാവുകളാണ്. അവയുടെ തണലിൽ രണ്ടു കസേരകൾ, ഒരു മേശ.

അപർണ്ണയും സിദ്ധാർത്ഥും തെരഞ്ഞെടുത്തത് കിഴക്കേ അതിരിലുള്ള മാവിൻ ചുവടാണ്.

"നിറയെ മാവ് നട്ടതിനു പകരം പലതരം മരങ്ങൾ നട്ടിരുന്നെങ്കിൽ കുറേക്കൂടി നന്നായിരുന്നു അല്ലേ" എന്നാണവൻ ആദ്യം ചോദിച്ചത്.

"വിവിധ മരങ്ങൾ ഒരുമിച്ചു വളരാത്ത തോട്ടങ്ങളാണല്ലോ ഇപ്പോഴുള്ളത്" എന്ന് അപർണ്ണ അവന്റെ ചോദ്യത്തെ നിസ്സാരമായി വിട്ടുകളയുകയും ചെയ്തു.

"നോക്കൂ സിദ്ധാർത്ഥ്, ആ കസേര നിങ്ങൾക്കായി ഒഴിഞ്ഞു കിടക്കുകയായിരുന്നു. താങ്കൾക്ക് എന്നോടൊപ്പം ജീവിക്കാം എന്നു തോന്നുന്നെങ്കിൽ ഇതാ എന്റെ ബയോഡാറ്റ; ജാതകക്കുറിപ്പടക്കം."

അപർണ്ണ അവളുടെ കൈയിലെ ചെറിയ ഫോൾഡർ അവനു നേരെ നീട്ടി.

സിദ്ധാർത്ഥ് അതു വാങ്ങുകയും അവനെക്കുറിച്ചുള്ള വിശദാംശങ്ങൾ അവൾക്കു നല്കുകയും ചെയ്തു.

അപ്പോഴാണ് മുറ്റം ധൃതിയിൽ മുറിച്ചുകടന്ന് ശുഭ്രവസ്ത്രധാരികളായ രണ്ടുപേർ അവരുടെയടുത്തേക്ക് വന്നത്.

"സിദ്ധാർത്ഥ്, അപർണ്ണ, നിങ്ങൾ പരസ്പരം തെരഞ്ഞെടുത്തതിൽ ഞങ്ങളുടെ അഭിനന്ദനങ്ങൾ. തീർച്ചയായും നിങ്ങൾക്ക് പരസ്പരം കാണാനുള്ള വേദിയാവാൻ കഴിഞ്ഞതിൽ ഞങ്ങൾ കൃതാർത്ഥരായി."

അവർ രണ്ടുപേർക്കും ഹസ്തദാനം നല്കി.

"ഈ സേവനത്തിന് ഒരു ചെറിയ ഫീസ് ഏർപ്പെടുത്തിയിട്ടുണ്ട് എന്നകാര്യം നിങ്ങൾക്കറിയാമല്ലോ... ഇത്തരം രേഖകൾ കൈമാറുന്നതിനുമുമ്പ് ദാ ആ കൗണ്ടറിൽ നിങ്ങളാ തുക അടയ്ക്കേണ്ടതാണെന്ന് ഓർമ്മപ്പെടുത്തുകയാണ്. സേവനം ഉപയോഗപ്പെടുത്തിയതിന് ഒരിക്കൽക്കൂടി നന്ദി."

അപർണ്ണയും സിദ്ധാർഥും പരസ്പരം നോക്കി.

പിന്നെ പണമടയ്ക്കാനുള്ള കൗണ്ടർ ലക്ഷ്യമാക്കി നടന്നു.

രണ്ട്

"അപർണ്ണാ, യു ലുക്സ് കൺഫ്യൂസ്ഡ്. എന്താണെന്നു പറഞ്ഞാൽ നമുക്കതിനു പരിഹാരമുണ്ടാക്കാം." അയാൾ പറഞ്ഞു.

അവൾ തലയുയർത്തി അയാളെ നോക്കിയതല്ലാതെ ഒന്നും പറഞ്ഞില്ല. അവളുടെ ഉള്ളിൽ ഇരമ്പിയാർക്കുന്ന ഒരു സമുദ്രമുണ്ടെന്ന് ആ കണ്ണുകൾ വിളിച്ചു പറയുന്നുണ്ട്.

ഏറെ നേരമായി അവർ രണ്ടുപേരും കടൽത്തീരത്തെ പാർക്കിന്റെ ഒഴിഞ്ഞ മൂലയിലെ സിമന്റു ബഞ്ചിൽ ഇരിക്കുകയാണ്.

"ശിവ്..." അവൾ മെല്ലെ വിളിച്ചു.

സാധാരണ അവളയാളെ പ്രൊഫസർ എന്നാണു വിളിക്കാറുള്ളത്. ശിവ്, ശിവ് റാം എന്നൊക്കെ വിളിക്കുമ്പോൾ അവൾക്ക് വളരെ പ്രധാനപ്പെട്ട എന്തോ പറയാനുണ്ടെന്നാണർത്ഥം.

"നിങ്ങളെന്നെ വല്ലാതെ കുഴപ്പത്തിലാക്കുന്നു ശിവ്....."

അവളയാളുടെ കൈയിൽ മുറുകെപ്പിടിച്ചു.

"നിങ്ങളില്ലാതെ എങ്ങനെയായിരിക്കും ജീവിതം എന്ന് എനിക്ക് ഒരു ധാരണയുമില്ല. പക്ഷേ...."

പ്രൊഫസർ ശിവ് റാം തന്റെ കഷണ്ടിത്തല ഒന്നമർത്തിത്തുടച്ച് അവളെ നോക്കി.

കഴിഞ്ഞ രണ്ടു കൊല്ലത്തിൽ ഒരിക്കൽ പോലും അപർണ്ണ ഇങ്ങനെ വേവലാതിപ്പെട്ട് കണ്ടിട്ടേയില്ലല്ലോ...

"ശിവ് നിങ്ങൾ പറയൂ. ഞാനവനെ വിവാഹം കഴിക്കട്ടെ? ആ സിദ്ധാർത്ഥിനെ...?"

അയാൾ അവളുടെ കൈകൾ മെല്ലെ വിടർത്തി അവളുടെ കണ്ണുകളിൽ നോക്കി എന്തോ പറയാനായുകയും പിന്നെ വേണ്ടെന്ന് വെക്കുകയും ചെയ്തു.

അവർക്കിടയിലേക്ക് കടലോളം നിശ്ശബ്ദത തുഴഞ്ഞു തുഴഞ്ഞു വന്നു.

"എനിക്കറിയാം നിങ്ങളൊന്നും പറയില്ല, അതാണ് നിങ്ങളുടെ ആയുധം..."

ഇനിയുമെന്തൊക്കെയോ പറയാനുള്ളത് അവൾ കടിച്ചു ചവച്ചു വിഴുങ്ങിക്കളഞ്ഞു.

"ഞാൻ നാളെ അവനെക്കാണാം എന്നുപറഞ്ഞു. വൈകുന്നേരം ഇന്റർനാഷണൽ ഹോട്ടലിന്റെ റൂഫിൽ.... പ്രൊഫസറുംകൂടി ഉണ്ടാവുമോ എന്റെ കൂടെ...?"

അവൾ അയാളുടെ ചുമലിലേക്ക് ചാഞ്ഞു.

"ഞാൻ വരണോ....?" അയാൾ നേർത്ത ശബ്ദത്തിൽ ചോദിച്ചു. പിന്നെ ഒട്ടൊന്നു നിർത്തി ആ കണ്ണുകളിലേക്ക് ഇറങ്ങിച്ചെന്ന് അവളോട് പറഞ്ഞു.

"വേണ്ട, അപർണ്ണ പോയി അവനെക്കാണൂ. ഞാൻ വരുന്നില്ല..."

അനന്തരം അയാൾ എഴുന്നേറ്റ് കടലിനുനേരെ നടക്കുകയും സൂര്യൻ അയാളുടെ ശിരസ്സിലേക്ക് അടർന്നു വീഴുകയും ചെയ്തു.

മൂന്ന്

ഇന്റർനാഷണൽ ഹോട്ടലിന്റെ റൂഫിൽ നിന്നുള്ള നഗരക്കാഴ്ച എത്ര

യാവർത്തിച്ചാലും മതിവരാത്ത ഒന്നാണ്.

സിദ്ധാർത്ഥ് ആ കാഴ്ചയുടെ ലഹരി മെല്ലെ മെല്ലെ നുണയുമ്പോഴാണ് അപർണ്ണ അവനെ തൊട്ടുവിളിച്ചത്.

"ഞാൻ വൈകിയില്ലല്ലോ...?"

"ഞാനിത്തിരി നേരത്തെയായി.... അതാണ്."

"പറയൂ. എന്നെ കല്ല്യാണം കഴിക്കാൻ ഞാൻ സിദ്ധാർത്ഥിന്റെ ഏതു നിബന്ധനയാണ് സാധിച്ചുതരേണ്ടത്?"

തങ്ങൾക്കായി റിസർവ്വ് ചെയ്ത കസേരയിൽ ഇരുന്നുകൊണ്ട് അവൾ ചോദിച്ചു.

ആദ്യം ഏതാണ് പറയേണ്ടത് എന്ന് തീർച്ചയാക്കാൻ അവന് സാധിച്ചിരുന്നില്ലല്ലോ...

അച്ഛൻ, അമ്മ, അനിയത്തി...

അതൊക്കെ ബയോഡാറ്റയിലുണ്ടല്ലോ...

കേരളത്തിലെ പ്രസിദ്ധമായ കോളേജിൽനിന്ന് ബിടെക്...

അതും അവൾക്കറിയാവുന്നതാണല്ലോ...

ഞാനൊരു വലിയ തുകയുടെ കടബാദ്ധ്യതയുള്ളവനാണ്... അതെ, അവിടെയാണ് തുടങ്ങേണ്ടത്.

"ഞാനുണ്ടാക്കിയ കടങ്ങളൊക്കെയും അടച്ചു തീർക്കാൻ അച്ഛനെക്കൊണ്ടു പറ്റില്ല. ഇപ്പോഴത്തെ അവസ്ഥയിൽ അടുത്ത കാലത്തൊന്നും അതു തീർക്കാൻ എനിക്കു പറ്റുമെന്നും തോന്നുന്നില്ല.

അതുകൊണ്ട് അപർണ്ണാ, അത് തിരിച്ചടച്ച് എന്റെ അച്ഛനെ സ്വതന്ത്രനാക്കണം. അതുമാത്രമാണ്... അതുമാത്രം."

അപർണ്ണ അവന്റെ മുഖത്തുനിന്ന് കണ്ണെടുക്കാതെ ഇരിക്കുകയാണ്.

പിന്നെ? അവൾ കണ്ണുകൾകൊണ്ട് ചോദിച്ചു.

"മറ്റൊന്നുമില്ല...." അവൻ തലതാഴ്ത്തി അവളുടെ നോട്ടത്തെ കുടഞ്ഞുകളഞ്ഞു.

"വിവാഹം ഒരു ആജീവനാന്ത ഉടമ്പടിയാണെന്നൊന്നും ഞാൻ വിചാരിക്കുന്നില്ല."

അപർണ്ണ പറഞ്ഞു.

"അതുകൊണ്ട് സിദ്ധാർത്ഥ്, ഒരഞ്ചുകൊല്ലം കഴിയുമ്പോൾ നാം നമ്മുടെ വിവാഹം പുനഃപരിശോധിക്കും... എന്നിട്ട് നമുക്ക് രണ്ടുപേർക്കും താല്പര്യമുണ്ടെങ്കിൽ നമ്മളാ കരാർ പുതുക്കും.

അല്ലെങ്കിൽ പരസ്പരം ബാദ്ധ്യതകളാവാതെ പിരിഞ്ഞുപോവുന്നു."

ഒരു നിമിഷം നിർത്തി അവനെ നോക്കി അപർണ്ണ പൂർത്തിയാക്കി.

അവൾ പറഞ്ഞതിൽ എതിർക്കേണ്ടത് എന്തെങ്കിലുമുണ്ടെന്ന് സിദ്ധാർത്ഥിന് തോന്നിയില്ല.... തന്റെ സാമ്പത്തിക ബാദ്ധ്യത ഏറ്റെടുക്കാൻ അവളൊരുക്കമാണെങ്കിൽ പിന്നെ എതിർപ്പിന് പ്രസക്തിയേയില്ല.

അപർണ്ണ ഒരു നിശ്ശബ്ദതയിലേക്ക് ഇറങ്ങിനിന്നു.

"ഒരു കാര്യംകൂടി..."

അവളുടെ ശബ്ദത്തിന്റെ അരികുകളിൽ വല്ലാത്ത മൂർച്ച തിളങ്ങി നില്ക്കുന്നുണ്ട്.

"ഞാൻ പ്രസവിക്കുന്ന കുഞ്ഞിന്റെ അച്ഛൻ ആരാവണം എന്നു തീരുമാനിക്കാനുള്ള അവകാശം എന്നും എന്റേതു മാത്രമായിരിക്കും."

അവന്റെ മുഖത്തെ ഭാവം വായിക്കാനുള്ള അവളുടെ ശ്രമം പരാജയപ്പെടുകയാണുണ്ടായത്.

"സിദ്ധാർത്ഥ് പോയി മുഹൂർത്തം കുറിച്ചോളൂ..."

ഇപ്പോൾ അവളുടെ കണ്ണുകൾ അവന്റെ മുഖത്തുനിന്ന് താഴെയുള്ള നഗരത്തിന്റെ മഹാപ്രവാഹത്തിലേക്ക് ചിതറിവീണു.

കറുത്ത വെളിച്ചങ്ങൾ

ഒരേ കാഴ്ചകളാണ്...

വെളുത്ത യൂണിഫോമുകൾ, പച്ച വിരിപ്പിട്ട സ്ട്രക്ചറുകൾ, നീല നിറത്തിലുള്ള ഇരുണ്ട തൂപ്പുകാർ, വാതിലുകൾക്കു പിന്നിലെ നിഗൂഢ തകളെ പിന്നെയും ഗഹനമാക്കുന്ന തിരശ്ശീലകൾ...

രാത്രി മുഴുവൻ ഇരുമ്പു ബഞ്ചിൽ ഇരുന്നിട്ടാവണം ആ മരവിപ്പ് ദേഹത്താകെയുണ്ട്. ഒന്നെഴുന്നേറ്റ് നടക്കാൻ തോന്നാഞ്ഞിട്ടല്ല... പക്ഷേ, എപ്പോഴാണ് വാതിൽ തുറന്ന് കർട്ടൻ വകഞ്ഞുമാറ്റി അകത്തുനിന്നൊരു ശബ്ദം തന്നെ വിളിക്കുക എന്നറിയില്ലല്ലോ.

അകത്ത് നിറയെ കുഴലുകൾ വഹിച്ച് മോണിട്ടറുകളുടെ വിദ്യുത് സ്പന്ദനമായി അവൾ...

കണ്ണടച്ചാൽ ആ കാഴ്ചയാണ്...

ചില്ലുകൾ ഉടഞ്ഞുവീഴുന്നതിന്റേയും ലോഹത്തകിടുകൾ ഞെരിഞ്ഞ മരുന്നതിന്റേയും ശബ്ദം.

ആരൊക്കെയോ എടുത്ത് വണ്ടിയിൽ കയറ്റുമ്പോൾ അവൾ വിമ്മി ക്കരയുന്നുണ്ടായിരുന്നു.

കാലിനെന്തോ പറ്റീട്ടുണ്ട്, വലതുകാൽ അനക്കാനാവാതെ അവൾ കരഞ്ഞു.

“ഇത്രയല്ലേയുള്ളു, സാരല്യാന്ന്...”

അവളെ ചേർത്തുപിടിച്ച് വണ്ടിയിലിരിക്കുമ്പോൾ വലിയ പേടി യൊന്നും തോന്നിയില്ല...

“തലചുറ്റുകയോ മറ്റോ ചെയ്യുന്നുണ്ടോ...?” കൂടെവന്നവരിലൊരാൾ ആശങ്കപ്പെട്ടു.

“നിങ്ങൾക്കൊന്നും പറ്റിയില്ലല്ലോ...” കൈയിലെ തോലുരഞ്ഞ

ഭാഗത്തുനോക്കി മറ്റൊരാൾ ആശ്വസിച്ചു.

"ആസ്പത്രിയിലേക്ക് ഇനിയും ദൂരമുണ്ടോ...?"

അവൾ കരച്ചിൽ നിർത്തി ചാഞ്ഞപ്പോൾ മനസ്സിൽ പേടിയുടെ പടുമുള.

ഒന്നുല്യാട്ടോ, ഇപ്പൊ എത്തും എന്നു പറഞ്ഞപ്പോഴേക്ക് അത്യാഹിത വിഭാഗത്തിലെ സ്ട്രക്ചർ വന്നു.

മെല്ലെ അതിലേക്ക് കിടത്തുമ്പോഴും അവൾ കൈയിൽ മുറുകെ പിടിച്ചിരുന്നു. വേദനകൊണ്ട് നെറ്റിചുളിയുകയും കവിളുകൾ വിറയ്ക്കുകയും ചെയ്തിരുന്നു.

ന്റെ കാല് എന്ന് പിറുപിറുക്കുന്നത് വ്യക്തമായി കേട്ടു. ക്യാഷാലിറ്റിയുടെ ഉള്ളിലേക്ക് അവരവളെ കൊണ്ടുപോകുമ്പോൾ കൈയിൽ അവളൊന്നുകൂടി അമർത്തിപ്പിടിച്ചത് ശരിക്കുമോർക്കുന്നു.

"ഇപ്പോ എങ്ങനെയുണ്ട്?" ഇന്നലെ കൂടെവന്നവരിൽ ഒരാൾ അടുത്തു വന്നിരുന്നു."

"കാലിനെന്തോ പരിക്കു പറ്റിയിട്ടുണ്ട്."

അയാൾക്കതിൽ എന്തോ സംശയമുള്ളതുപോലെ...

"നെറ്റിയിൽ ഒരു മുറിവുണ്ട്. തല എവിടെയോ ഇടിച്ചു എന്നാണ് തോന്നുന്നത്. അപ്പോൾ ഇവർക്കൊരു സംശയം. അതാണ് ഐ സി യുവിൽ..."

അപ്പോഴാണ് തിരശ്ശീല വകഞ്ഞുമാറ്റി ഒരു നഴ്സ് പുറത്തേക്ക് നോക്കിയത്.

"കാറിടിച്ച...?"

"അതെ..."

"വേണമെങ്കിൽ കേറി കണ്ടോളൂ..."

നെറ്റിയിൽ മുറിവിൽ വേദനയുണ്ട് എന്ന് അവളുടെ മുഖത്തെ ചുളിവുകൾ വ്യക്തമാക്കി.

"വേദനിക്കുന്നുണ്ടോ...?" അവളുടെ അരികിലിരുന്ന് അവൻ മെല്ലെ...

അവനാ കവിളുകൾ തലോടി. നെറ്റിയിലൂടെ വിരലോടിച്ച് പാറിപ്പറന്ന മുടിയിഴകൾ മാടിവെച്ചു.

"നമുക്കുപോവാം... നിനക്കൊന്നും പറ്റിയില്ലല്ലോ..." അവൾ അവനെ നോക്കി.

"നമ്മുടെ കാറോ...?"

അവൾക്ക് അത്രയ്ക്കിഷ്ടായിരുന്നു ആ കാറിനെ...

"ഒന്നുല്യ... ഡോക്ടർ വരട്ടെ, നമുക്ക് പോകാമോ എന്നു ചോദിക്കാം..."

"ഉറങ്ങിക്കോളൂ, ഉണരുമ്പോഴേക്ക് ഒക്കെ ശരിയാവും."

"ഇത്രയും പോരെ, പുറത്തേക്കിരുന്നോളൂ" എന്ന് നഴ്സ് സൗമ്യമായി പറഞ്ഞു.

നോക്കണേ എന്നൊരപേക്ഷ അവന്റെ കണ്ണുകളിലും ഒന്നും വരില്ല എന്നൊരു ഉറപ്പ് നഴ്സിന്റെ കണ്ണുകളിലും. അവൻ പുറത്തിറങ്ങി.

ഇനി വേണമെങ്കിൽ ഒരു ചായ കുടിക്കാം. മനസ്സിന് ഒരു ലാഘവത്വം വന്നിരിക്കുന്നു. എവിടെയോ പതുങ്ങിക്കിടന്നിരുന്ന വിശപ്പ് ഇപ്പോൾ പ്രത്യക്ഷപ്പെട്ടിരിക്കുന്നു.

"കണ്ടിട്ട് എന്തു തോന്നി...?"

നേരത്തെകണ്ട അതേ ആൾ.

ഇപ്പോൾ അയാൾ തനിച്ചല്ല.

"കുഴപ്പമൊന്നുമില്ല.. വർത്തമാനം പറഞ്ഞു.."

"അങ്ങനെ ഉറപ്പിക്കേണ്ട, ചില കേസുകളിൽ പെട്ടെന്നാണ് കാര്യങ്ങൾ തകിടംമറിയുക."

അല്ലേ എന്നയാൾ കൂടെയുള്ളവരെ നോക്കി.

"ഇതിൽ തകിടം മറിയാനൊന്നുമില്ല.. അവൾക്കൊരു കുഴപ്പവുമില്ല."

"ഒന്നും വരാതിരിക്കട്ടെ... അങ്ങനെ ആഗ്രഹിക്കാം നമുക്ക്..." അയാൾ നടന്നു.

ശാന്തമായ മനസ്സിലേക്ക് എന്തിനാണയാൾ അസ്വസ്ഥതയുടെ ഒരു മുന വെറുതെ എറിഞ്ഞിട്ടത്.

ഉള്ളിലുണ്ടായ ആശ്വാസവും ഊർജ്ജവും താനേ ഇല്ലാതാകുന്നതുപോലെ.

അവനാ തണുതണുത്ത ഇരുമ്പു ബഞ്ചിൽത്തന്നെ ഇരുന്നു.

ഡോക്ടർ വരട്ടെ... ചോദിക്കാം..

തണുത്ത ചുമരിലേക്ക് ചാരി കണ്ണടച്ച് അവൻ... ഉള്ളിലൂടെ ഭാരതപ്പുഴ നിറഞ്ഞൊഴുകുകയാണ്.

തകർന്നു വീണുകിടക്കുന്ന പഴയ കൊച്ചിപ്പാലത്തിൽ ആർത്തലച്ചു ചെന്ന് തട്ടിത്തിരിഞ്ഞൊഴുകുന്ന ഭാരതപ്പുഴ.

മഴയും പുഴയും എന്നും അവളെ ആവേശം കൊള്ളിക്കാറുണ്ട്. ഉന്മാദത്തോളമെത്തുന്ന ആവേശം.

തിമിർത്തു പെയ്യുകയാണ് മഴ. പാലത്തിൽ നിരയായി നില്ക്കുന്ന വാഹനങ്ങൾ. എല്ലാവരും പുഴക്കാഴ്ചകളിലാണ്.

പിന്നിലാണ് ലോറി വന്നിടിച്ചത്. പെരുമഴയത്ത് കാഴ്ചയില്ലാതെയാവും...

"ഉറങ്ങിയോ...?"

കണ്ണു തുറന്നപ്പോൾ വീണ്ടും അയാൾ...

"നോക്കൂ, ഇതൊരു ചെറിയ ആശുപത്രിയാണ്. എന്തെങ്കിലും എമർജൻസി വന്നാൽ ഇവിടെ സൗകര്യമൊന്നുമില്ല...

ഡോക്ടർമാർ അങ്ങനെയാണ്. അവസാന നിമിഷം വരെ നോക്കട്ടെ എന്നു പറയും. എന്നിട്ടൊടുവിൽ...

എല്ലാം ശരിയായി. ഇനി പേടിക്കാനൊന്നുമില്ല എന്നു പറഞ്ഞ് എല്ലാ

വരും ആശ്വസിച്ചിരിക്കുമ്പോൾ പെട്ടെന്ന് ഗുരുതരമാവുകയും അരുതാത്തത് സംഭവിക്കുകയും ചെയ്ത സംഭവങ്ങൾ നമ്മളെത്ര കേട്ടിരിക്കുന്നു."

അയാളുടെ ശബ്ദത്തിൽ വല്ലാത്തൊരു സന്ദിഗ്ദ്ധത തുളുമ്പി നില്ക്കുന്നതായി അവനു തോന്നി.

"നമുക്ക് വേണമെങ്കിൽ ഡോക്ടറെ കണ്ടു സംസാരിക്കാം. ഏതിനും സമയം കളയാനില്ല എന്നാണ് എനിക്കു തോന്നുന്നത്."

അയാൾ പറഞ്ഞവസാനിപ്പിക്കുമ്പോൾ ഡോക്ടർമാരുടെ ഒരു സംഘം ഐ സി യുവിലേക്ക് വരുന്നുണ്ടായിരുന്നു.

"അവർ നിങ്ങളെ വിളിക്കും. വിളിച്ചില്ലെങ്കിൽ അങ്ങോട്ടുചെന്ന് കാണണം."

അയാൾ അവനോട് പിന്നെയും പറഞ്ഞു.

"അല്ലെങ്കിൽ ഞാനും വരാം."

അയാൾ അവനെയുംകൂട്ടി ഡോക്ടറുടെ അടുത്തേക്ക് ചെന്നു.

"കാറിടിച്ച് പരിക്കേറ്റ് കൊണ്ടുവന്ന ആ കുട്ടിക്ക്...?"

"അത്ര സാരമുണ്ടെന്ന് തോന്നുന്നില്ല. കാലിൽ ബാൻഡേജ് ഇടേണ്ടിവരും."

"അത്, ഡോക്ടർ ഞങ്ങൾക്ക് വേറേതെങ്കിലും നല്ല ആശുപത്രിയിൽ കൊണ്ടോയാൽ വേണ്ടില്ല എന്നുണ്ട്."

അയാൾ വളരെ വിധേയത്വത്തോടെ പറഞ്ഞു.

താനങ്ങനെ പറഞ്ഞിട്ടില്ലല്ലോ എന്നവന് പറയാൻ കഴിയുന്നതിനു മുമ്പേ അയാൾ അവന്റെ മുന്നിലേക്ക് കയറി നിന്നു.

"അതു നിങ്ങളുടെ താല്പര്യം. പക്ഷേ..."

പിന്നെ അതു വേണ്ടെന്നു വച്ച് ഡോക്ടർ അകത്തേക്കു നടന്നു.

ആംബുലൻസ് എത്തിനിന്നത് നഗരത്തിലെ ആശുപത്രിയിലായിരുന്നു.

മുൻകൂട്ടി അറിയിച്ചതിനാൽ ഡോക്ടർമാരുടെ ഒരു സംഘം തന്നെ അവരെയും കാത്തുനില്ക്കുന്നുണ്ട്.

പുറത്തേക്കിറക്കിയപ്പോൾ അവളുടെ മുഖത്ത് അമ്പരപ്പാണോ പേടിയാണോ എന്ന് തിരിച്ചറിയാനായില്ല...

"എന്തിനാ... എന്തിനാ എന്നെ ഇങ്ങോട്ടു കൊണ്ടുവന്നത്...? നമുക്ക് വീട്ടിലേക്ക് പോവാം.."

"ഒന്നൂല്യ, ഒരു കുഴപ്പവുമില്ല... നമുക്ക് ഇന്നുതന്നെ പോവാം..."

അവളെ ആശ്വസിപ്പിക്കുമ്പോൾ അവനെയും അകാരണമായ ഒരു ഭീതി കീഴടക്കുകയായിരുന്നു.

"ഒരു കുഴപ്പോമുണ്ടാവില്ല. നമ്മൾ കൃത്യസമയത്തുതന്നെ എത്തിച്ചേർന്നല്ലോ..."

അയാൾ അവന്റെ തോളിൽത്തട്ടി ആശ്വസിപ്പിച്ചു.

അപ്പോഴേക്കും മുന്നോട്ടു പോയിക്കഴിഞ്ഞിരുന്ന സ്ട്രക്ചറിന്റെ കൂടെ അയാളുമോടി...

അവൻ പിന്നാലെ എത്തുമ്പോഴേക്ക് ഐ സി യു വിന്റെ കറുത്ത വാതിലുകൾ അടഞ്ഞു കഴിഞ്ഞിരുന്നു.

കാറിന്റെ സീറ്റിൽ കുടുങ്ങിപ്പോയ അവളെ വാതിൽ പൊളിച്ച് പുറത്തെടുക്കാൻ ഓടിക്കൂടിയവർ ഏറെ കഷ്ടപ്പെട്ടു.

അയാളാണ് ആദ്യം എത്തിയത്. എവിടെനിന്നെന്നില്ലാതെ അയാൾ അവിടെ പ്രത്യക്ഷപ്പെടുകയായിരുന്നു.

ഇത്രയുംനേരം അയാൾ കൂടെയുണ്ട്. മറ്റെല്ലാവരും മടങ്ങിപ്പോയിട്ടും ഇയാളിതാ ഇത്രയും ദൂരെ...

"ഞാൻ പറഞ്ഞില്ലേ, നെറ്റിയിലെ മുറിവ് അത്ര ചെറുതല്ല..." അയാൾ അരികെ വന്നിരുന്നു.

കണ്ണുകളിൽ ഒരു സംഘർഷമുള്ളത് മറയ്ക്കാൻ അയാൾ ശ്രമിച്ചതേയില്ല.

"എന്തായാലും ഒരു ദിവസം നിരീക്ഷണത്തിൽ കിടക്കട്ടെ എന്നാണ് ഇവർ പറയുന്നത്. എന്നിട്ടേ എന്തെങ്കിലും തീരുമാനിക്കാനാവൂ...

നോക്കൂ, വിഷമിക്കരുത് എന്നു പറയുന്നതിൽ അർത്ഥമില്ലെന്ന് അറിയാഞ്ഞിട്ടല്ല. പക്ഷേ, നമുക്ക് എന്തു ചെയ്യാനാവും...

ഇപ്പോൾ തന്നെ നമ്മളിത്തിരി വൈകി എന്നാണ് ഡോക്ടർ പറയുന്നത്. എന്നാലും ഇപ്പോഴെങ്കിലും എത്തിയല്ലോ...

അവർ ശ്രമിക്കുന്നുണ്ട്..."

അവന് അയാൾ പറയുന്നതിന്റെ യുക്തി മനസ്സിലാവുന്നതേയില്ല..

നെറ്റി ഒന്നു മുറിഞ്ഞതിന്, തല ഒന്നു തട്ടിയതിന് ഇത്രയൊക്കെ പറയേണ്ട കാര്യമെന്താണ്.

ഈ ദൂരമത്രയും വർത്തമാനം പറഞ്ഞുകൊണ്ടിരുന്ന അവൾക്ക് എന്തു പറ്റാനാണ്...

നമുക്ക് വീട്ടിൽ പോകാം എന്ന് പറഞ്ഞ അവൾക്ക് എന്ത് ഗുരുതരാവസ്ഥയാണിപ്പോൾ...?

അവന് ഒന്നും മനസ്സിലാവുന്നില്ലല്ലോ...

"പുറമേ കാണുന്ന അത്ര ചെറുതല്ല ആ മുറിവ്."

ഡോക്ടർ അവന്റെ മുന്നിൽവച്ച സ്കാൻ റിപ്പോർട്ട് നോക്കി പറഞ്ഞു. "അതിന് ഉള്ളിലേക്ക് ആഴമുണ്ട്.

പിന്നെ, നമുക്ക് നോക്കാം... ബാക്കിയൊക്കെ..." ഡോക്ടർ മുകളിലേക്ക് കണ്ണുകളുയർത്തി.

"ഞാനൊന്ന് കണ്ടോട്ടേ...?"

"അതിനെന്താ... അവിടെ നഴ്സിനോട് പറഞ്ഞാൽ മതി."

"മയക്കത്തിലാണ്, വിളിച്ചുണർത്തരുത്," നഴ്സ് അവന് മുന്നറിയിപ്പ് നല്കി.

അവനവളുടെ നെറ്റിയിൽ ഒന്നുകൂടി തൊടണമെന്നുണ്ടായിരുന്നു. ആ ശാന്തമായുറങ്ങുന്ന കണ്ണുകളിൽ ഒന്നു ചുംബിക്കണമെന്നും.

"പുറത്തിരുന്നോളൂ, ഉണരുമ്പോൾ വിളിക്കാം..."

അവൾക്കാകെയുണ്ടായിരുന്നത് അവളുടെ മുത്തച്ഛനാണ്. അവൾക്കെന്നല്ല, ഞങ്ങൾക്കെന്നാണ് പറയേണ്ടത്.

അധികമായില്ല അദ്ദേഹം മരിച്ചിട്ട്.

"നമുക്കിനി നമ്മളേയുള്ളു. നമ്മൾ മാത്രം."

ആ ശരീരം ശാന്തിതീരത്ത് സംസ്കരിച്ച് മടങ്ങുമ്പോൾ അവൾ പറഞ്ഞു.

"കാലത്തിന്റെ ഓർക്കാപ്പുറങ്ങളിൽ നമ്മളിലൊരാൾക്ക് മരിക്കേണ്ടി വന്നാലോ..."

അതായിരുന്നു അവളുടെ സങ്കടം.

"ഞങ്ങൾ ആ ആശുപത്രിയിൽ പോയി. അവിടുന്നാ അറിഞ്ഞത്, ഇങ്ങോട്ടു പോന്നു എന്ന്."

നാട്ടിൽ നിന്ന് വന്നിട്ടുള്ള സുഹൃത്തുക്കളാണ്.

"എന്തേ, എന്തെങ്കിലും പ്രശ്നമുണ്ടോ...

അല്ലെങ്കിൽ പിന്നെ എന്തിനാ ഇത്രയും വലിയ ആശുപത്രിയിലേക്ക്..."

"ഒന്നുമില്ല, ഒരു കുഴപ്പവുമില്ല, ഒരു ദിവസം കിടക്കട്ടെ എന്നാണ് ഇവിടുത്തെ ഡോക്ടർ പറഞ്ഞത്."

"നിങ്ങളൊക്കെ ഇവരുടെ ബന്ധുക്കളാണോ..." എവിടെനിന്നോ അയാൾ പ്രത്യക്ഷപ്പെട്ടു.

"നിങ്ങളൊന്ന് വരൂ..." അയാൾ അവരെ രണ്ടുപേരെയും വിളിച്ചു മാറ്റിനിർത്തി.

"കാര്യം കുറച്ച് ഗുരുതരമാണ്. ഒന്നും പറയാൻപറ്റുന്ന അവസ്ഥയല്ല... നിങ്ങളാരെങ്കിലും കൂടി ഇവിടുണ്ടാവണം."

അയാൾ ധൃതിയിൽ എവിടേക്കോ നടന്നുപോവുകയും ചെയ്തു.

"ഇന്നലെ മുതൽ ഞങ്ങളോടൊപ്പമുണ്ട് അയാൾ, ആശുപത്രിയിലെത്തിച്ചതും ഇപ്പോൾ ഇവിടെ എത്തിച്ചതുമൊക്കെ അയാളാ.."

"ഏതായാലും ഞങ്ങളും ഇവിടെ നില്ക്കാം... നീ തനിച്ചെത്ര ദിവസാ.."

അവനും അതൊരാശ്വാസമാണെന്നു തോന്നി.

മുറി ശരിയായിട്ടുണ്ട് എന്ന് നഴ്സ് വന്നറിയിച്ചു.

"നീ വേണമെങ്കിൽ ഒന്നു കിടന്നോളൂ, ഇപ്പോൾ ഞങ്ങളുണ്ടല്ലോ..."

"നമുക്കൊരു യാത്ര പോണം."

"എവിടേക്കാ പോകേണ്ടത്...?"

"അറിയില്ല, എവിടേക്കെങ്കിലും.. നല്ല തണുപ്പുള്ള സ്ഥലമാവണം. കമ്പിളിക്കുപ്പായമൊക്കെയിട്ട് തൊപ്പിവച്ച്, വായ തുറന്നാൽ പുക മഞ്ഞ്

പറക്കുന്ന തണുപ്പ്... നിന്റെ കൈക്കുള്ളിൽ പറ്റിച്ചേർന്ന് ആ തണുപ്പത്ത് നടക്കണം."

"പോകാം..."

അപ്പോഴവൾ കണ്ണുകളിലേക്ക് നോക്കി മെല്ലെ ചിരിക്കുകയാണ് പതിവ്.

അങ്ങനെ എത്രയെത്ര യാത്രകൾ പൂർത്തിയാക്കാൻ ബാക്കിയുണ്ട്...

"ഇത്തവണ അങ്ങനെയല്ല നമ്മൾ പോവും..."

അവൾ ഉറക്കെ ചിരിച്ചു.

ആ ചിരി കേട്ടാണ് കണ്ണു തുറന്നത്... കിടന്നതും ഉറങ്ങിപ്പോയി...

"ഉണർന്നല്ലോ, ഡോക്ടർ കാണണം എന്നു പറഞ്ഞിട്ടുണ്ട്. നമുക്കൊന്നു പോയാലോ..."

"നമ്മൾ പ്രതീക്ഷിച്ച പോലെയല്ല കാര്യങ്ങൾ..." ഡോക്ടർ മുഖവുരയിട്ടു.

"രോഗിക്ക് ഏതാണ്ട് പൂർണ്ണമായും ബോധം നഷ്ടപ്പെട്ടുകഴിഞ്ഞു.

നല്ലതുമാത്രം പ്രതീക്ഷിക്കാം നമുക്ക്. ഞങ്ങൾ പരമാവധി ശ്രമിക്കുന്നുണ്ട്. പക്ഷേ, അന്തിമമായ തീരുമാനം എടുക്കേണ്ടത് നമ്മളല്ലല്ലോ..."

"പക്ഷേ, എങ്ങനെ...? അവൾക്കൊരു കുഴപ്പവുമുണ്ടായിരുന്നില്ലല്ലോ... എന്നോട് വർത്തമാനം പറഞ്ഞതാണല്ലോ... വീട്ടിൽ പോകാം എന്നു പറഞ്ഞതാണല്ലോ..."

അവന് വാക്കുകൾ എവിടെയോ തടഞ്ഞതുപോലെ...

അവനെ മെല്ലെ ചേർത്തുപിടിച്ച് അവർ പുറത്തേക്കിറങ്ങി.

"ഇനി...?" അവൻ അവരെ നോക്കി.

അതിനൊരുത്തരം ആരുടേയും കൈയിലുണ്ടായിരുന്നില്ലല്ലോ...

"നമ്മളെത്താൻ കുറച്ചു വൈകി എന്നാണ് ഡോക്ടർ പറയുന്നത്. ഇതിപ്പോൾ തലച്ചോറിന്റെ പ്രവർത്തനം ഏതാണ്ട് പൂർണ്ണമായും നിലച്ചിരിക്കുന്നു. മസ്തിഷ്ക മരണത്തിലേക്ക് ഇനിയുള്ളത് ഒരുപക്ഷേ കുറച്ചു മണിക്കൂറുകളാണ്." അയാൾ അവന്റെ കൂട്ടുകാരോട് പറഞ്ഞു.

"ഇനിയിപ്പോൾ നമ്മളാലോചിക്കേണ്ടത് വേറെ ചില കാര്യങ്ങളാണ്."

അയാൾ അവരെ രണ്ടുപേരെയും മാറിമാറി നോക്കി.

"ഏതായാലും നമുക്ക് നഷ്ടപ്പെടാനുള്ളത് നഷ്ടപ്പെടും. അതുകൊണ്ട് മറ്റു കുറേ ജീവിതങ്ങളെ രക്ഷപ്പെടുത്താൻ കഴിഞ്ഞാലോ...

നിങ്ങളിവിടെ എത്തിയതുമുതൽ നിരന്തരമായ അന്വേഷണമാണ്. ചെന്നൈ, ബാംഗ്ലൂർ, വലിയ വലിയ ആശുപത്രികളിൽ നിന്ന്.

ചിലർക്ക് ഹൃദയം വേണം, കരൾ, വൃക്ക, അങ്ങനെ...

നിങ്ങൾക്ക് സമ്മതമാണെന്ന് പറഞ്ഞാൽ പുറപ്പെടാൻ തയ്യാറായി നില്ക്കുകയാണ് എയർ ആംബുലൻസുകൾ..."

"അവനോടൊന്ന് ചോദിക്കാതെ..." അവർ രണ്ടുപേരും മുഖാമുഖം നോക്കി...

"ചോദിച്ചോളൂ... പക്ഷേ..."

അയാളൊന്നു നിർത്തി.

എന്നിട്ട് അവരുടെ കണ്ണുകളിലേക്ക് നോക്കി.

"അത് നടക്കണം..."

ശൂന്യമായ വരാന്തയിലൂടെ കുറച്ചു മുന്നോട്ടുപോയി അയാൾ തിരിച്ചുവന്നു. "ചെന്നൈയിലെ ആശുപത്രിയിൽ ശസ്ത്രക്രിയയ്ക്കുള്ള ഒരുക്കങ്ങൾ ആരംഭിച്ചുകഴിഞ്ഞു. ഇനി അതു മാറ്റിവെക്കാനാവില്ല..."

"നിങ്ങൾക്ക് കാര്യങ്ങൾ മനസ്സിലായിട്ടുണ്ടാവുമെന്ന് വിചാരിക്കുന്നു. മുന്നോട്ടുള്ള വഴിയിലെ തടസ്സങ്ങളൊന്നും ഞങ്ങൾക്ക് ബാധകമല്ല..."

അയാൾ അവർക്കുമാത്രം കേൾക്കാവുന്ന ശബ്ദത്തിലാണ് പറഞ്ഞത്.

ആ വായ്ക്കോണുകളിൽനിന്ന് രണ്ടു തേറ്റകൾ പുറത്തേക്കു നീണ്ടു വരുന്നതുപോലെ തോന്നി അവർക്ക്.

"എനിക്ക് കാണണം... കണ്ടേ പറ്റൂ..."

അവൻ വാതില്ക്കൽ നില്ക്കുന്ന നഴ്സിനോട് കയർക്കുകയാണ്. രോഗിക്ക് ബോധം തെളിയാതെ ആരേയും കാണാൻ സമ്മതിക്കില്ല എന്നവൾ കർശനപ്പെടുകയും ചെയ്യുന്നു.

"അവനൊന്നു കണ്ടോട്ടെ, ഇതിലെന്തിനാണിത്ര വാശി പിടിക്കുന്നത്...?"

അയാൾ നഴ്സിനോട് താണു.

"ബോധം തെളിയട്ടെ എന്നൊന്നും വാശിപിടിക്കണ്ട... ചിലപ്പോ..."

നഴ്സിന് എന്തോ അയാളെ എതിർക്കാൻ തോന്നിയില്ല.

"പോയി കണ്ടിട്ട് വരൂ..." അയാളവനെ അകത്തേക്ക് കടത്തിവിട്ടു.

"നോക്കൂ നമുക്കിനി ഒന്നും ചെയ്യാനില്ല."

ഡോക്ടർ അവന്റെ ചുമലിൽ കൈവച്ച് പറഞ്ഞു.

"രോഗിയുടെ തലച്ചോറിന് മരണം സംഭവിച്ചുകഴിഞ്ഞു.

നിങ്ങൾ സമ്മതിക്കുകയാണെങ്കിൽ കാര്യങ്ങൾ വേഗത്തിലാക്കാം.

ചെന്നൈയിൽ നിന്നുള്ള ഡോക്ടർമാർ ഇപ്പോഴെത്തും. അവർ വന്നാൽ വളരെക്കുറച്ചു നേരം... അത്രയേ വേണ്ടൂ... വേഗം ഞങ്ങളതു തീർത്തുതരാം...

ഇവിടൊന്ന് ഒപ്പിട്ടോളൂ."

ഡോക്ടർ നീട്ടിയ സമ്മതപത്രത്തിൽ ഒപ്പു വെക്കുമ്പോൾ അവനൊന്നും കാണുന്നുണ്ടായിരുന്നില്ല.

ആ ഹൃദയത്തിന്റെ വേരുകൾ മുറിച്ചെടുക്കുമ്പോൾ അവൾ മെല്ലെ തന്റെ പേരു വിളിക്കരുത് എന്നവൻ ആത്മാർത്ഥമായി ആഗ്രഹിച്ചു.

തലച്ചോറിന്റെ ഏതെങ്കിലും ചുരുളിനുള്ളിൽ ബോധത്തിന്റെ ഒരു

നേർത്ത നൂലിഴ ബാക്കിയുണ്ടെങ്കിൽ നമുക്കു വീട്ടിൽ പോകാം എന്ന വൾക്ക് തോന്നാതിരിക്കണം.

റോഡപകടത്തിൽ പരിക്കേറ്റ് മസ്തിഷ്ക മരണം സംഭവിച്ച പെൺകുട്ടിയുടെ അവയവദാന വാർത്ത എവിടെനിന്നോ ടെലിവിഷൻ സ്ക്രീനുകളിലേക്ക് പൊട്ടിവീണു.

അപ്പോൾ അവളെയും അവനെയും കൊണ്ടുവന്ന ആംബുലൻസിൽ അയാൾ വിമാനത്താവളത്തിലേക്ക് അതിവേഗം പോവുകയായിരുന്നു.

അപ്സര പി പത്ത് ബി

നവംബർ 13: നാളെ സ്കൂൾ അവധിയായതിനാൽ പ്രിൻസിപ്പാൾ ഇന്ന് ശിശുദിനത്തെക്കുറിച്ചാണ് അസംബ്ലിയിൽ പ്രസംഗിച്ചത്. ശിശുദിനത്തെക്കുറിച്ച് എല്ലാ വർഷവും കേൾക്കുന്നത് ഒരേ കാര്യമാണെങ്കിലും ഓരോ വർഷവും അത് പുതിയതും കൂടിയാണ്.

അപ്സര അവളുടെ ഡയറിയിൽ എഴുതി.

ചില അറിവുകൾ അങ്ങനെയാണ്. പഴയതാണ് എന്നു തോന്നിക്കുമ്പോഴും സദാ പുതിയതുകൂടിയായിരിക്കുന്നവ...

നാളെ കേരള വിഷൻ ചാനലിലെ വാർത്തകളൊക്കെ കുട്ടികളാണ് വായിക്കുന്നത്. അതിലൊരാൾ ഈ അപ്സര പി പത്ത് ബി എന്ന സുന്ദരിക്കുട്ടിയാകുന്നു.

അതിലവൾക്ക് വല്ലാത്ത അഭിമാനവും സന്തോഷവും തോന്നുന്നുണ്ട്.

“മോളേ, ഡാഡി രാവിലെ ഡ്രോപ്പ് ചെയ്യണോ...?”

“വേണ്ട ഡാഡി, അഖിലേടെ പപ്പാ വരുന്നുണ്ട്. ഞാനാ വണ്ടിയിൽ പൊയ്ക്കോളാം. രാത്രി തിരിച്ചുവരാൻ ഡാഡി വന്നാൽ മതി...”

“അപ്പോൾ ശരി.”

കട്ടിലിനു താഴെ കാർപ്പറ്റിൽ കണ്ണടച്ച് ഉറങ്ങാതെ കിടക്കുന്ന ജിൻസി പട്ടിയോടും മൂന്നടി നീളത്തിലെ കുഞ്ഞു സമുദ്രത്തിന്റെ ഉപരിതലത്തിൽ വന്നുനിന്ന് അഗാധ നീലിമയുടെ മായക്കാഴ്ചകൾ കിനാവു കാണുന്ന കൊമ്പൻ സ്രാവിന്റെ മിനിയേച്ചർ പതിപ്പിനോടും അവൾ ശുഭരാത്രി പറഞ്ഞു.

ആ ഉറക്കത്തിൽ അപ്സര നിറമുള്ള സ്വപ്നങ്ങൾ കാണാതിരിക്കാൻ തരമില്ല. അപ്സരയല്ല, ആരായാലും കാണാൻ സാദ്ധ്യതയുള്ള

ചില കിനാവുകളെ വേണമെങ്കിൽ നമുക്ക് ഇങ്ങനെ കാണാം.

സ്വപ്നം 1. കണ്ണാടി മേശയുടെ പിന്നിൽ ഉയരംകൂടിയ കസേരയിൽ ഇരിക്കുകയാണവൾ. മുന്നിൽ ലാപ്ടോപ്പും അതിനും മുന്നിൽ വലിയ സ്ക്രോളിങ് സ്ക്രീനുമുണ്ട്. മുന്നിൽ നിരയായി ക്യാമറകൾ, ഓൺലൈൻ എഡിറ്റർമാരുടെ കൂട്ടം. അങ്ങോട്ടും ഇങ്ങോട്ടും തിരക്കിട്ടു നടക്കുന്ന ഫ്ളോർ നടത്തിപ്പുകാർ... അതിനൊക്കെ അപ്പുറത്ത് അപ്സരയുടെ പ്രിൻസിപ്പാൾ, രാജമ്മ ടീച്ചർ, അഖില, പിന്നെയാരാ... അവൾ സൂക്ഷിച്ചുനോക്കി, അവൻതന്നെ അനന്തു...

അവൾക്ക് ഹൃദയത്തിലൂടെ സുഗന്ധം നിറഞ്ഞ ഒരു കാറ്റ് കടന്നുപോയപോലെ...

അവൻ അവിടെനിന്ന് അവളുടെ നേരെ കൈയുയർത്തിക്കാട്ടി... അവൾക്കും അങ്ങനെ ചെയ്യണമെന്നുണ്ടായിരുന്നു. പക്ഷേ, പ്രിൻസിപ്പാൾ കാണില്ലേ. രാജമ്മ ടീച്ചർ കാണില്ലേ.

അവൾ എല്ലാവർക്കുമായി ഒരു പുഞ്ചിരി പുറത്തേക്കു നല്കി.

സ്വപ്നം 2. സ്കൂൾ ആഡംബരപൂർണ്ണമായി അലങ്കരിച്ചിട്ടുണ്ട്. ചാച്ചാജിക്കു സ്വാഗതം എന്നെഴുതിയ വലിയ ഫ്ളക്സ് ബോർഡുകൾ സ്ഥാപിച്ചിട്ടുണ്ട്. അങ്ങനെയൊരു ബോർഡിന്റെ ചുവട്ടിൽ വലിയൊരു കറുത്ത കാർ വന്നുനിന്നു. വാതിൽതുറന്നു പുറത്തേക്കിറങ്ങിയ ചാച്ചാജിക്ക് മാലയിട്ടു സ്വീകരിച്ചത് അപ്സരയാണ്. നെഹ്റു അപ്പോൾ തന്റെ കോട്ടിന്റെ ബട്ടണിൽനിന്ന് റോസാപ്പൂ അടർത്തിയെടുത്ത് അവൾക്കു നല്കി.

അപ്സരയ്ക്ക് അപ്പോൾ അദ്ദേഹത്തിന്റെ കവിളിലൊന്ന് ചുംബിക്കണമെന്നുണ്ടായിരുന്നു.

നെഹ്റു അവളുടെ കവിളിലൊന്ന് തട്ടി മുന്നോട്ടു നടന്നപ്പോഴാണ് അവളാ വല്ലാത്ത ദൃശ്യം കണ്ടത്. ചാച്ചാജിയുടെ കോട്ടിനോ ഷർട്ടിനോ പിൻഭാഗമുണ്ടായിരുന്നില്ല. നഗ്നവും ശൂന്യവുമായ ആ കാഴ്ച അവളെ വല്ലാതെ വിഹ്വലപ്പെടുത്തി. ഉറക്കെ നിലവിളിക്കാനാഞ്ഞ അവളെ പിന്നാലെ വന്ന സുരക്ഷാ ഭടന്മാർ തൂക്കിയെടുത്ത് സ്കൂളിന്റെ ഗേറ്റിനു മുകളിലൂടെ പുറത്തേക്ക് വലിച്ചെറിഞ്ഞു. വീഴ്ചയിലെപ്പോഴോ ചാച്ചാജി അവൾക്കു സമ്മാനിച്ച ചുവന്ന റോസാപ്പൂ വീണുപോയിരുന്നു.

ഏറെ ക്ലേശിച്ചാണ് അവൾക്ക് ഒന്നു നിലവിളിക്കാനായത്..

പെട്ടെന്ന് ഉണർന്നുപോയ അവളുടെ മുഖത്ത് തറപ്പിച്ചു നോക്കി ജിൻസി നില്ക്കുന്നുണ്ടായിരുന്നു.

വാതിലിനു പുറത്ത് അമ്മ വിളിക്കുന്നത് അപ്സര കേട്ടു. അവൾക്ക് എഴുന്നേല്ക്കാനുള്ള സമയമായിരുന്നു.

* * *

സ്റ്റുഡിയോ അപ്സരയ്ക്ക് പുതിയൊരനുഭവമല്ലാഞ്ഞിട്ടും അവൾക്ക്

ചെറിയ വേവലാതി ഇല്ലാതിരുന്നില്ല.

സത്യത്തിൽ അപ്സരയേക്കാൾ വേവലാതിയിലാണ് ന്യൂസ് എഡിറ്ററും കൂട്ടരും. അതിനു കാരണമായതോ രാവിലെ കോഴിക്കോട്ടു നിന്ന് വന്ന ഫിലിപ്പ് മാത്യുവിന്റെ വിളി.

"അതേയ് ശിശുദിനം കലക്കുംന്നാ തോന്നണേ..." ഫിലിപ്പ് അങ്ങനെയാണ്. വർഷങ്ങളായി ഈ പണി ചെയ്യുന്നതിനാലാവണം എല്ലാം വളരെ നാടകീയമായി പരിണാമഗുപ്തി നിലനിർത്തി മാത്രമാണ് അയാൾ പറയുക.

"അതെന്താ ഫിലിപ്പേ... എന്താ കോള്...?" എഡിറ്ററുടെ ആകാംക്ഷ.

"ജോസഫേ എനിക്ക് നീയൊരുറപ്പു തരണം... ഇത് എക്സ്ക്ലൂസീവാ... രാവിലെ ആദ്യത്തെ ബുള്ളറ്റിനു മുമ്പേ ബ്രേക്ക് ചെയ്യണം. ബുള്ളറ്റിനില് വിശദവിവരങ്ങളുമായി ഞാൻ വരുംവേണം... പറ്റ്വോ..."

എഡിറ്റർ ഉറപ്പിച്ചു എന്തോ കാര്യായിട്ട് കിട്ടിയിട്ടുണ്ട്. "ഫിലിപ്പേ നീ കാര്യം പറ..."

"ഇവിടെ റെയിൽവേ ട്രാക്കിനരികിലുള്ള ഒരു വീട്ടിലാ... രണ്ടു മൂന്നു പെങ്കുട്ട്യോളെ കൊണ്ടന്നു പാർപ്പിച്ചിട്ടുണ്ട്. ഒരാഴ്ചയായീത്രേ... നമ്മടെ ഒരു സ്പൈ ഉണ്ടവിടെ... അയാളു തന്ന വിവരാ..."

"അതിന്റെ വിശദാംശങ്ങൾ കിട്ടീട്ടുപോരെ ഫിലിപ്പേ ബ്രേക്കു ചെയ്യുന്നത്...?" ജോസഫ് ഒന്നുരുണ്ടു നോക്കി.

"അവരു പൊലീസിനെ വിളിക്കാൻ പോവാണ്. പൊലീസു വരണേനു മുമ്പ് നമ്മളത് പൊട്ടിക്കണം..." ഫിലിപ്പിനു നിർബ്ബന്ധം.

എഡിറ്റർക്കു സമ്മതിക്കാതിരിക്കാനാവില്ല. അല്ലെങ്കിൽ ഫിലിപ്പ് പറയും ഞാനേ സുരേഷിനെ ഒന്നു വിളിക്കട്ടെ. അവർക്കു ധൈര്യമുണ്ടാവും.. നിങ്ങളെപ്പോലല്ല...

എന്തായാലും സമ്മതിക്കുകയാണെങ്കിൽ പിന്നെ ആദ്യം തന്നെയാവുന്നത് നാണക്കേടെങ്കിലും കുറയ്ക്കുമല്ലോ...

ജോസഫ് ഫിലിപ്പിന്റെ ആവശ്യം അംഗീകരിച്ചു.

"നിങ്ങൾ വാർത്ത വായിക്കാൻ ആ കൊച്ചു പെണ്ണിനെ കൊണ്ടു നിർത്തിയിരിക്കുകയാ അല്ലേ... അതിനു കിട്ടിയ ആദ്യത്തെ വാർത്ത കൊള്ളാം..."

ഫിലിപ്പിന്റെ പരിഹാസത്തിൽ ജോസഫിന്റെ എല്ലാ നിയന്ത്രണവും തെറ്റി.

"ഞാനിന്നലെ പറഞ്ഞതാ... ഈ വേണ്ടാത്ത പണിക്കു നില്ക്കണ്ട എന്ന്..."

അയാൾ സബ് എഡിറ്റർമാരോടും ക്രൂവിനോടുമൊക്കെ ദേഷ്യപ്പെട്ടു.

അങ്ങനെ ഫ്ളോറിൽ നിന്ന് ചൂട് മേലോട്ട് പൊങ്ങി ന്യൂസ് പ്രൊഡ്യൂസറുടെ തലയ്ക്കു മേലെ വളയങ്ങളായി ചുറ്റിനില്ക്കുന്ന നേരത്താണ് അപ്സര സ്റ്റുഡിയോയിലേക്ക് കയറിച്ചെല്ലുന്നത്.

"ഞാനീ പെങ്കൊച്ചിനെ എന്തു ചെയ്യണം.. നിങ്ങളു പറ..." ജോസഫ്

എച്ച് ആർ മാനേജരോടു കയർത്തു.

"അയാൾക്കായിരുന്നല്ലോ ശിശുക്കളെക്കൊണ്ട് വായിപ്പിക്കാഞ്ഞിട്ട് തിടുക്കം..."

ജോസഫിന്റെ ചോദ്യത്തിന് മറുപടിയൊന്നും പറയാതെ അയാൾ എഴുന്നേറ്റ് ഫോൺ ചെവിയിൽച്ചേർത്ത് പുറത്തേക്കിറങ്ങി...

അയാൾ രക്ഷപ്പെട്ടതാണെന്ന് ജോസഫിനും മനസ്സിലായി.

അപ്സര വാർത്ത വായിക്കുന്നതിൽ തെറ്റൊന്നുമില്ല... ജോസഫ് സ്വയം തർക്കിച്ചു.

അല്ലെങ്കിൽ തന്നെ തെറ്റും ശരിയുമൊന്നും ആലോചിച്ചല്ലല്ലോ ഇവിടെ നമ്മൾ ജോലി ചെയ്യുന്നത്.

"കൃത്യസമയത്തു വാർത്തകൾ നല്കുക എന്നതാണ് നമ്മുടെ കർത്തവ്യം." കഴിഞ്ഞ ദിവസം എം ഡി പറഞ്ഞതാണ്.

ഒരൊറ്റ ബുള്ളറ്റിനിലെ പിഴവു മതി, എല്ലാം തകർന്നു തരിപ്പണമാകാൻ.

ജോസഫിന് അടിമുടി ഒരു വിറ പടരുംപോലെ... അയാൾ ക്യാമറ സംഘത്തോടും എഡിറ്റർമാരോടും തയ്യാറാവാൻ പറഞ്ഞു.

പെട്ടെന്ന് സ്റ്റുഡിയോ നിശ്ശബ്ദമാകുകയും വിളക്കുകൾ തെളിയുകയും ചെയ്തു.

* * *

വിസിറ്റേഴ്സ് റൂമിലിരിക്കാം... റിസപ്ഷനിസ്റ്റ് അയാളെ വരാന്തയുടെ അരികിലുള്ള മുറിയിലേക്ക് നയിച്ചു.

"അപ്സര ഇപ്പോൾ വരും. ഡാഡി വന്നിട്ടുണ്ടെന്ന് ഞാൻ അറിയിച്ചിട്ടുണ്ട്."

"പിന്നേയ്, പറയാതെ വയ്യ സാർ."

പുറത്തേക്കു പോകാൻ തിരിഞ്ഞ ആ പെൺകുട്ടി തിരിച്ചുവന്നു.

"അപ്സരയാ ഇന്നത്തെ താരം..."

അയാളിതു രാവിലെ മുതൽ കേൾക്കാൻ തുടങ്ങിയതാണ്.

എല്ലാവരും കേരളാവിഷൻ കാണണമെന്ന് നേരത്തെ ചട്ടം കെട്ടിയിരുന്നു.

ഓഫീസിലേക്ക് ഡ്രൈവ് ചെയ്യുമ്പോഴാണ് ആദ്യത്തെ വിളി വന്നത്. അസിസ്റ്റന്റ് മാനേജർ ശൈലേന്ദ്രനാണ്.

"സാറിന്റെ മോള് നന്നായി ചെയ്തൂട്ടോ... മിടുക്കി. എന്റെ അഭിനന്ദനങ്ങളറിയിക്കണേ..."

ശരിക്കും അഭിമാനം തോന്നി.

ഓഫീസിലെത്തുമ്പോൾ എല്ലാവരും ടി വിയുടെ മുമ്പിലാണ്. "സർ, ന്യൂസ്"

രാഘവൻ തിരുമുല്പാട് കസേരയിൽ നിന്നെഴുന്നേറ്റ് ഭവ്യത ഭാവിച്ചു.

“അപ്സര നന്നായി ചെയ്യുന്നുണ്ട്...”

“നഗരത്തോട് ചേർന്ന് നടക്കുന്ന സ്കൂൾ കുട്ടികളെ ഉപയോഗിച്ചുള്ള ലൈംഗിക വ്യാപാരത്തെക്കുറിച്ചുള്ള ഞെട്ടിക്കുന്ന വിവരങ്ങളുമായി ഫിലിപ്പ് മാത്യു ചേരുന്നു..”

അപ്സരയുടെ മൃദു ശബ്ദം അയാളുടെ കാതുകളിൽ വീണു.

“നമ്മുടെ മോള് വാർത്ത വായിക്കുന്നത് കണ്ടില്ലേ...” വീട്ടിൽനിന്ന് അപ്സരയുടെ അമ്മയുടെ വിളിയാണ്. ആ ശബ്ദത്തിൽ അഭിമാനമാണോ അതോ മറ്റെന്തെങ്കിലുമാണോ എന്നയാൾക്ക് തിരിച്ചറിയാനായില്ല.

“അവൾ പെട്ടെന്ന് ഒരുപാട് വളർന്നുപോയതുപോലെ തോന്നുന്നു അല്ലേ...?” അയാൾ അവരോട് ചോദിച്ചു.

അതുതന്നെയാണ് അയാൾക്കിപ്പോഴും തോന്നിയത്. കോണിപ്പടിയിറങ്ങി വരുന്ന അപ്സര ഒരുപാടു വളർന്നപോലെ...

തന്റെ മകളിപ്പോൾ തനിക്കേറെ അപരിചിത കൂടിയാണല്ലോ എന്നയാൾ വേവലാതിപ്പെട്ടു.

ഡാഡീ എന്നുറക്കെ വിളിച്ച് കെട്ടിപ്പിടിക്കാനുള്ള നിഷ്കളങ്കത അപ്സരയിൽ ഇപ്പോഴുണ്ടാവരുതേ എന്ന് അയാൾ വല്ലാതെ ആഗ്രഹിക്കുകയും ചെയ്തു.

അപ്സരയ്ക്കറിയില്ലായിരുന്നു ഡാഡിയെ എങ്ങനെ നോക്കണെമെന്ന്. അവളുടെ കാഴ്ചകളൊക്കെയും വികലമായി തീർന്നിരുന്നു. അതുകൊണ്ടുതന്നെ അവൾ ഒന്നും പറയാതെ വണ്ടിയിൽ കയറിയിരുന്നു.

കേരളവിഷന്റെ ഗേറ്റു കടന്ന് കാറ് പുറത്തേക്ക് പോകുമ്പോൾ അപ്സരയും ഡാഡിയും പൂർണ്ണമായും അന്യരായിക്കഴിഞ്ഞിരുന്നു.

കോലായകൾ

കടൽത്തീരം നഗരംപോലെ ചൂടു പിടിച്ചും ബഹളം നിറഞ്ഞും കിടക്കുകയാണ്. ഒരുപാടു മുഖങ്ങളുണ്ടെന്നോ മുഖമേയില്ലെന്നോ പറയാവുന്ന വലിയൊരാൾക്കൂട്ടമുണ്ടായിരുന്നു തീരത്ത്...

വിവിധ വർണ്ണങ്ങളുടെ ക്രമരഹിത മേളനത്തിനിടയിലും ചില വർണ്ണരാഹിത്യങ്ങൾ വിശ്വനാഥൻ കണ്ടെത്തി. നിഷ്കാസിതന്റേയും പരാജിതന്റേയും കൂടിയാണ് കടൽത്തീരം എന്നയാൾ അപ്പോൾ വെറുതെ പിറുപിറുത്തു.

അല്ലെങ്കിൽ തന്നെ മേല്ക്കൂരകൾ നഷ്ടപ്പെട്ടവരാണല്ലോ കടലിന്റെ അനന്തതയിലേക്ക് നടന്നുപോകാൻ ഏറ്റവും യോഗ്യർ.

താൻ ആത്മഹത്യയെക്കുറിച്ചാണ് ചിന്തിക്കുന്നതെന്ന് ഒരു നിരാശയോടെ അയാൾ തിരിച്ചറിഞ്ഞു.

ഈയിടെയായി നിരാശകൾ മാത്രമാണ് അയാൾക്ക് കൂട്ട്.

നല്ല പരിചയക്കാരനായിരുന്ന സ്ഥലം സബ് ഇൻസ്പെക്ടർ സ്റ്റേഷനിലേക്ക് വിളിപ്പിച്ച് സംശയം നുരയുന്ന ദൃഷ്ടികളും വെറുപ്പ് ഒളിഞ്ഞു കിടക്കുന്ന ശബ്ദവുമായി മണിക്കൂറുകൾ ചോദ്യം ചെയ്തപ്പോഴാണ് ബോദ്ധ്യപ്പെടുത്താനാവാത്ത തന്റെ സത്യസന്ധതയെക്കുറിച്ച് അയാൾക്ക് ആദ്യമായി നിരാശ തോന്നിയത്.

വിശ്വനാഥൻ വാങ്ങിയ പുതിയ വീട്ടിലേക്ക് അയാളും കുടുംബവും താമസമാക്കിയതിന്റെ ഏഴാം ദിവസമായിരുന്നു ആ സംഭവം.

ആ വീട് അയാൾക്ക് നല്കുമ്പോൾത്തന്നെ പഴയ വീട്ടുടമ പറഞ്ഞിരുന്നതാണ് അതിലെ നീണ്ട കോലായയുടെ അനൗചിത്യത്തെക്കുറിച്ച്...

വായ്പ നല്കി സഹായിച്ച ബാങ്കിന്റെ മാനേജരും (വിശ്വനാഥന്റെ സുഹൃത്തും) ആ വരാന്ത അടച്ചുറപ്പാക്കുകയെങ്കിലും ചെയ്യാമായിരുന്നു

എന്ന് ആശങ്കപ്പെട്ടു.

എന്തോ അയാൾക്കു മാത്രം ആ അനൗചിത്യം ബോദ്ധ്യപ്പെട്ടേയില്ല...

അതു തന്നെയാണ് പൊലീസുകാരും പറയുന്നത്, ഒരു കാര്യം എത്ര പറഞ്ഞാലും ഇയാൾക്ക് മാത്രം മനസ്സിലാവാത്തതെന്താണ്...

എന്റെ വീട്ടിലെ വരാന്തയും നാട്ടിലെ ക്രമസമാധാനവും തമ്മിലുള്ള ബന്ധമെന്തെന്ന വിശ്വനാഥന്റെ ചോദ്യത്തിന് ഇൻസ്പെക്ടറുടെ മറുപടി ഇങ്ങനെയായിരുന്നു.

"സുഹൃത്തേ, വ്യക്തികൾ എന്ന നിലയിൽ നമ്മളോരോരുത്തർക്കും ഈ സമൂഹത്തിൽ പ്രാധാന്യമുണ്ട്. പക്ഷേ, നമ്മളേക്കാൾ വലുത് ഈ സമൂഹത്തിന്റെ സുരക്ഷയാണല്ലോ..."

"നിങ്ങളുടെ നീണ്ട വരാന്തയുടെ പ്രയോജനമെന്താണ്.....?"

"പ്രത്യേകിച്ചൊന്നുമില്ല. വീട്ടുകാരിക്ക് അയൽക്കാരിയോടൊത്ത് കുറച്ചുനേരം വർത്തമാനം പറയാം. സ്കൂളിൽ പഠിക്കുന്ന മകനും മകൾക്കും അവരുടെ കൂട്ടുകാരോടു സംസാരിക്കാം..." വിശ്വനാഥൻ പറഞ്ഞു.

"നിങ്ങൾക്ക് നിങ്ങളുടെ സുഹൃത്തുക്കളെ സ്വീകരിക്കാനും ഈ കോലായ പ്രയോജനപ്പെടും ഇല്ലേ..."

"തീർച്ചയായും, അതിനുവേണ്ടി കൂടിയാണല്ലോ അതു നിർമ്മിച്ചിട്ടുള്ളത്...!" വിശ്വനാഥൻ സമ്മതിച്ചു.

"പക്ഷേ, നിങ്ങൾക്കറിയില്ലേ, ഇത്തരം കൂട്ടായ്മകൾ ദേശതാല്പര്യത്തിനു വിരുദ്ധമാണെന്ന്."

ഇൻസ്പെക്ടറുടെ ശബ്ദത്തിലേക്ക് നിയമത്തിന്റെ ഘർഷണം കയറി വന്നത് വിശ്വനാഥൻ തിരിച്ചറിഞ്ഞു. ഇത്തരം കൂടിച്ചേരലുകളാണ് പല രാജ്യങ്ങളിലേയും ഭരണകൂടങ്ങളെ കടപുഴക്കിയത് എന്ന് ഗവൺമെന്റ് തിരിച്ചറിയുന്നുണ്ട്...

"താങ്കൾ ആ കോലായ അടച്ചുകെട്ടുകയോ പൊളിച്ചുകളയുകയോ ചെയ്യുന്നതാണ് നല്ലത്..."

ഒന്നു നിർത്തി അയാൾ മുഴുമിച്ചു... "നിങ്ങൾക്കും ഞങ്ങൾക്കും..."

പിറ്റേന്നത്തെ പത്രങ്ങളാണ് വിശ്വനാഥനെ തകർത്തുകളഞ്ഞത്.

വീട്ടുവരാന്തകൾ കേന്ദ്രീകരിച്ച് കലാപത്തിന് നീക്കം. പൊലീസിന്റെ സമയോചിത ഇടപെടൽ, കലാപകാരികളിൽ പലരും ഒളിവിൽ, എന്നിങ്ങനെ പല കഥകൾ പത്രങ്ങൾ തെളിവുസഹിതം അച്ചടിച്ചു.

തുറന്ന വരാന്തകളൊന്നും തന്നെ മേലാൽ ഉണ്ടായിരിക്കരുതെന്നും കാണപ്പെടുന്നവ പൊളിച്ചു നീക്കുന്നതാണെന്നും പൊലീസിന്റെ മുന്നറിയിപ്പ് വന്നു.

വിശ്വനാഥന്റേതുൾപ്പെടെ എല്ലാ വരാന്തകളും അടച്ചുകെട്ടി ഭദ്രമാക്കിയിട്ടും പൊലീസ് പിൻമാറിയില്ല. അവർ ആ പ്രദേശമാകെ നിരന്തരമായി നിരീക്ഷിക്കുന്നതിനായി ഒരു ഒബ്സർവേഷൻ സ്റ്റേഷൻ തന്നെ ആരംഭിക്കുകയുണ്ടായി.

അന്നു രാത്രിയിൽ വിശ്വനാഥൻ തന്റെ ഫേസ്ബുക്ക് പേജിൽ അടച്ചു മൂടപ്പെട്ട വരാന്തകൾ നല്കുന്ന അധിനിവേശത്തിന്റെ പാഠത്തെക്കുറിച്ച് ഒരു കുറിപ്പ് പോസ്റ്റ് ചെയ്യുകയും തന്റെ 4233-ാമത്തെ സുഹൃത്തിനെ അസർബൈജാനിൽ നിന്ന് സ്വീകരിക്കുകയും ചെയ്തു.

വിശ്വനാഥനുൾപ്പെടെ അവിടുത്തുകാരെല്ലാം പ്രഭാത സവാരി വേണ്ടെന്നു വച്ചിരിക്കുകയായിരുന്നു കുറേനാളായി. മറ്റൊന്നുമല്ല... മഫ്തിയിലും യൂണിഫോമിലും പിന്നാലെ കൂടുന്ന പൊലീസുകാരോട് വെറുതെ വർത്തമാനം പറയാൻ ആർക്കും താല്പര്യമില്ല.

പക്ഷേ, ഇന്ന് വിശ്വനാഥന് രാവിലെ നടന്നേ പറ്റൂ. വിശ്വനാഥന്റെ ഒന്നാം ക്ലാസുകാരിയായ മകളുടെ അദ്ധ്യാപിക അയാളെ കാണണം എന്നറിയിച്ചിട്ടുണ്ട്.

അങ്ങനെയാണ് അയാൾ നിറയെ മഞ്ഞുമൂടിയ പ്രഭാതത്തിൽ, സംശയംമാത്രം വിടരുന്ന കണ്ണുകൾക്കു മുന്നിലൂടെ അതിവേഗം നടന്ന് റിനി എസ് വർഗ്ഗീസ് എന്ന അദ്ധ്യാപികയുടെ വീട്ടിലെത്തിയത്. വീട്ടിലേക്കുള്ള വഴിയിൽ അയാൾ മൂന്നിടത്തു നില്ക്കുകയും ആശങ്കയോടെ പിന്തിരിഞ്ഞു നോക്കുകയുമുണ്ടായി.

ആരോ സ്ഥിരമായി തന്റെ പിന്നിലുണ്ടെന്നത് ഈയിടെയായി വിശ്വനാഥന്റെ മാത്രം തോന്നലല്ല.

ടീച്ചർ വീടിനുമ്മറത്ത് പുതിയതായി നിർമ്മിച്ച ശിലോദ്യാനത്തിൽ നില്പുണ്ടായിരുന്നു.

"ഞാൻ വിശ്വനാഥൻ..." എന്നു പറഞ്ഞതേയുള്ളു വിശ്വനാഥൻ.

ഇരുപത്തിരണ്ടിൽ കൂടുതൽ പ്രായമില്ലാത്ത വെളുത്ത് സുന്ദരിയായ ആ പെൺകുട്ടിയുടെ മുഖത്തേക്ക് അറപ്പ് ഇരച്ചു കയറുന്നത് അയാൾ കണ്ടു.

"നിങ്ങളുടെ മകൾ സ്കൂളിൽ പെരുമാറുന്നത് മറ്റു കുട്ടികളെ എങ്ങനെ ബാധിക്കുമെന്ന് നിങ്ങൾ ആലോചിച്ചിട്ടുണ്ടോ മിസ്റ്റർ വിശ്വനാഥൻ...?"

"നിങ്ങൾക്കറിയോ..." അവൾ നാടകീയമായി അയാളുടെ നേരെ തിരിഞ്ഞു... "ഇന്നലെ ആ കുട്ടി കാരണം ക്ലാസിലെ കുട്ടികളാരും തന്നെ ലഞ്ച് കഴിച്ചില്ല. കുട്ടികൾ മാത്രമല്ല ഞങ്ങളും..."

റിനി ടീച്ചർ പിന്നെയും നടന്നു.

"നിങ്ങളുടെ മകൾ ഉച്ചയ്ക്ക് ആ നശിച്ച പൂന്തോട്ടത്തിൽ ഏതോ ചെടി കൊണ്ടു നട്ടുപോലും.. അതും തോട്ടക്കാരനെ വിളിക്കുകയോ എന്തെങ്കിലും ആയുധം ഉപയോഗിക്കുകയോ ചെയ്യാതെ.. വെറും കൈയോണ്ട് മണ്ണുമാന്തി, ഛെ..."

ടീച്ചർ അവരുടെ അറപ്പ് നീട്ടിത്തുപ്പി.

ആ തുപ്പലിന്റെ അർത്ഥം പതിവുപോലെ വിശ്വനാഥന് മനസ്സിലായതേയില്ല.

"പക്ഷേ ടീച്ചറേ,"

"മണ്ണിൽ പണിയെടുത്താലല്ലേ ചോറുകിട്ടൂ... അതോണ്ട് മണ്ണിനെ കുട്ടികൾ വെറുക്കണതെന്തിനാന്ന് മനസ്സിലായില്ല..."

"ആ... അത്, ചോറ്... എന്നും ചോറു കൊണ്ടുവരേണ്ട കാര്യമെന്താ ആ കുട്ടിക്ക്.." ടീച്ചർ മറന്നുപോയത് തിരിച്ചുകിട്ടിയ ആവേശത്തോടെ വിശ്വനാഥനോട് ദേഷ്യപ്പെട്ടു.

"ഇവിടുത്തെ ഡോക്ടർ കർശനമായി പറഞ്ഞിട്ടുണ്ട് എന്നും റൈസ് കൺസ്യൂം ചെയ്യുന്നത് നല്ല ശീലമല്ലെന്നും അത്തരം കുട്ടികളെ വാൺ ചെയ്യണമെന്നും."

വിശ്വനാഥന് താൻ കുടിച്ച കഞ്ഞിവെള്ളം പുറത്തേക്ക് തികട്ടി വരുന്നതായി തോന്നി... അയാളുടെ കൺമുന്നിലൂടെ സ്വന്തം ബാല്യം വള്ളി നിക്കറുമിട്ട് വണ്ടിച്ചക്രവുമുരുട്ടി ഓടിപ്പോയി.

"അല്ലെങ്കിൽ തന്നെ നിങ്ങടെ കുട്ടിക്കു മാത്രമെന്താ പ്രത്യേകത...? അവൾക്കും മറ്റുള്ളവരെപ്പോലെ ഇവിടുത്തെ ഫുഡ് സെന്ററീന്ന് കഴിച്ചൂടേ...? അതെങ്ങനെയാ നാം തിന്നുന്നത് നമ്മുടെ സംസ്കാരാ എന്നല്ലേ" ടീച്ചർ നിരാശപ്പെട്ടു.

"അപ്പോ ടീച്ചറേ ശരിക്കും ന്റെ കുട്ടിചെയ്ത കുറ്റമെന്താ...? മണ്ണു വാരിയതോ... അതോ ചോറു കൊണ്ടുവന്നു കഴിച്ചതോ...?"

"അതേയ് മിസ്റ്റർ വിശ്വനാഥൻ.." ടീച്ചറുടെ ആ വിളി വിശ്വനാഥന് അരോചകമായി തോന്നിയതേയില്ല... അമേരിക്കൻ പ്രസിഡന്റിനെ അങ്ങേരുടെ നായ മിസ്റ്റർ പ്രസിഡന്റ് എന്നാണത്രേ സംബോധന ചെയ്യാറ്.. പിന്നെന്താ.

"ഇത്രയും സിവിലൈസ്ഡ് അല്ലാത്ത, മാനേഴ്സറിയാത്ത ഒരു കുട്ടിയെ ഇനിയും അഫോർഡ് ചെയ്യാൻ ഞങ്ങൾക്കു ബുദ്ധിമുട്ടുണ്ട്..." ടീച്ചർ പറഞ്ഞവസാനിപ്പിച്ചു.

ഒന്നപേക്ഷിച്ചാൽ, ഒരല്പം താണുകൊടുത്താൽ ഈ തീരുമാനം മാറുമെന്ന് വിശ്വനാഥനറിയാഞ്ഞിട്ടല്ല, എന്തോ അയാൾക്കപ്പോൾ ഇങ്ങനെ പറയാനാണ് തോന്നിയത്.

"ഞാനവളോടൊന്നു ചോദിക്കട്ടെ..."

വിശ്വനാഥൻ വീട്ടിലെത്തുമ്പോൾ അവൾ സ്കൂളിൽ പോകാൻ ഒരുങ്ങി നില്ക്കുകയാണ്.

"ഇനിയൊരിക്കലും മണ്ണ് മാന്തില്ല എന്നുറപ്പുണ്ടെങ്കിൽ മാത്രം കുഞ്ഞേ നീ സ്കൂളിലേക്ക് പോവുക..." വിശ്വനാഥൻ തന്റെ പതിഞ്ഞ ശബ്ദത്തിൽ മകളോട് പറഞ്ഞു.

അവൾ ഒരു നിമിഷം ആലോചിക്കുകയും ചുമലിലെ ഘനസഞ്ചി താഴെയിറക്കി കൈയിലെ ചെടിയുമായി വേലിയരികിലേക്ക് നടക്കുകയും ചെയ്തു.

അന്നു രാത്രിയാണ് വിശ്വനാഥൻ ആത്മഹത്യ ചെയ്തവരുടെ കൃതികൾ വായിച്ചുതുടങ്ങിയത്.

സ്വയംഹത്യകൾ പലതരത്തിലുണ്ടെങ്കിലും മറ്റുള്ളവർക്കു

വേണ്ടിയും പ്രത്യയശാസ്ത്രങ്ങൾക്കു വേണ്ടിയുമൊക്കെയുള്ള ആത്മ ഹത്യയേക്കാൾ അയാളെ വേവലാതിപ്പെടുത്തിയത് ഒരിക്കലും ശരിയാവാത്ത നാട്ടുമനസ്സാക്ഷിയോട് കലഹിച്ച് മരണത്തെ പുല്കിയവരുടെ കഥകളായിരുന്നു.

ഇടയ്ക്ക് ശരീരം മനസ്സിനെ തരണംചെയ്യുകയും ജാഗരത്തിന്റെ വെളിച്ച ശകലങ്ങൾ ഓർക്കാപ്പുറത്ത് അണഞ്ഞുപോവുകയും ചെയ്യുന്നതാണ് ഈയിടെയായി വിശ്വനാഥന്റെ ഉറക്കത്തിന്റെ ഒരു സ്വരൂപം.

അങ്ങനെ സ്വപ്ന ജാഗരങ്ങൾ തമ്മിലുള്ള വേർതിരിയലുകൾ ഇല്ലാതായ ഏതോ നിമിഷത്തിലാണ് വിശ്വനാഥൻ തന്റെ മകൾക്ക് പലഹാരം വാങ്ങാൻ ബേക്കറിയിൽ കയറിയ കാഴ്ച സ്വയംകാണാൻ തുടങ്ങിയത്.

അയാൾക്ക് ഈ അടുത്തകാലത്ത് ഉണ്ടായിപ്പോയ ഒരു ശീലമാണ് വൈകുന്നേരം വീട്ടിലേക്ക് നിറമുള്ള തീറ്റ സാധനങ്ങൾ വാങ്ങിക്കൊണ്ടു പോവുക എന്നത്. സത്യത്തിൽ അതു വെറുതെ തുടങ്ങിയതൊന്നുമല്ല. വരാന്തകൾ അടച്ചുകെട്ടുന്നതിനു മുമ്പ് കുട്ടികൾക്കും ചിലപ്പോഴൊക്കെ അയാൾക്കും അടുത്ത വീടുകളിലെ മുറുക്കും ഉണ്ണിയപ്പവും അച്ചപ്പവുമൊക്കെ തിന്നാൻ കിട്ടിയിരുന്നു.

വരാന്ത ഇല്ലാതായതിന്റെ രണ്ടാം ദിവസം മകളാണ് അയാളോട് പറഞ്ഞത്.

“ഞങ്ങടെ ക്ലാസിലെ കുട്ട്യോൾക്കൊക്കെ അവരുടെ അച്ഛന്മാരും അമ്മമാരും എന്തൊക്കെയാ വാങ്ങിക്കൊടുക്കാറുള്ളത്...?”

അവരതൊക്കെ സ്കൂളിൽ കൊണ്ടുവരുമെന്നും കൂടി അവൾ പറഞ്ഞപ്പോഴാണ് അയാൾക്ക് ഇടയ്ക്കെങ്കിലും ഒന്ന് അച്ഛനാകണമെന്നു തോന്നിയത്.

ഇപ്പോൾ വിശ്വനാഥൻ കാണുന്നത് അത്തരത്തിലൊരു വൈകുന്നേരമാണ്.

പാക്ക് ചെയ്ത തീറ്റപ്പണ്ടങ്ങളുടെ വർണ്ണാഭമായ ഒരു ഘോഷയാത്രയാണ് ആ ഷോപ്പെന്ന് വിശ്വനാഥനു തോന്നി...

ഒരു പാക്കറ്റ് ബിസ്കറ്റും ഒരു പാക്കറ്റ് കേക്കും വാങ്ങിയ വിശ്വനാഥൻ ഇത്രയും സാധനം കഴിഞ്ഞതവണ വാങ്ങിയപ്പോൾ ഇത്ര വിലയായിട്ടില്ലായിരുന്നല്ലോ എന്നു സംശയിച്ചു. ഇത്തരം കടകളിൽ വില ചോദിക്കാറില്ലാത്തവരാണല്ലോ നാം എന്നയാൾ കുറ്റസമ്മതം നടത്തുകയും ചെയ്തു.

“വില ഇനിയുംകൂടും,” പ്ലാസ്റ്റിക് കൂടിലാക്കി സാധനങ്ങൾ മേശപ്പുറത്തിട്ട് മുഖപരിചയക്കാരനായ കടക്കാരൻ പറഞ്ഞു. “ഇന്നല്ലെങ്കിൽ നാളെ സിറിയയിൽ യുദ്ധമുണ്ടായേ പറ്റൂ, സിറിയ അല്ലെങ്കിൽ ഇറാൻ അല്ലെങ്കിൽ വേറെ എവിടെയെങ്കിലും...”

അയാൾ വിശ്വനാഥനോട് ശരി സർ, പറഞ്ഞ് അയാളുടെ പണികളിലേക്ക് മടങ്ങിപ്പോയി.

വിശ്വനാഥന് അപ്പോൾ തലച്ചോറിലൂടെ ഒരു യുദ്ധവിമാനം പറന്നു

പോകുമ്പോലെ തോന്നി. താനിത്രയുംനാൾ വാങ്ങി മകൾക്കു നല്കിയത് ഏതോ രാജ്യത്തെ കുട്ടികളുടെ പ്രാണനായിരുന്നു...

തനിക്കുചുറ്റും പിഞ്ചുമക്കളുടെ നിലവിളികൾ അസഹ്യമായപ്പോ ഴാണ് വിശ്വനാഥൻ കണ്ണുതുറന്നത്.

അന്നുച്ചയ്ക്കാണ് നാം വിശ്വനാഥനെ മേല്ക്കൂരകൾ നഷ്ടപ്പെട്ടവ രുടെ കൂട്ടത്തിൽ കടൽത്തീരത്തുവച്ച് കണ്ടുമുട്ടുന്നത്.

വിശ്വനാഥാ എന്താണ് നിന്റെ തീരുമാനം...? കടൽ അയാളോട് ചോദിച്ചു.

എനിക്കു ചുറ്റും കടലിരമ്പത്തേക്കാൾ ഒച്ചയിൽ കുട്ടികൾ നിലവിളി ക്കുന്നു.

വിശ്വനാഥൻ മറുപടി പറഞ്ഞു.

കടൽ ആ മറുപടി കേൾക്കാത്തപോലെ പെട്ടെന്ന് പിൻവാങ്ങുകയും വിശ്വനാഥൻ തന്റെ മറുപടി കടലിനെ കേൾപ്പിക്കാൻ വേണ്ടി പിന്നെയും പറയുകയും കടലിലേക്ക് ഇറങ്ങിയിറങ്ങിയങ്ങനെ പോവുകയും...

ഫൈനൽ

മങ്ങിത്തുടങ്ങിയ പകൽവെളിച്ചത്തിന്റെ കീഴിൽ ഗാലറികൾ ആർത്തിരമ്പുകയാണ്. പൊടിപറക്കുന്ന സ്റ്റേഡിയത്തിൽ വെള്ളം ചീറ്റിച്ച് അതൊന്ന് നിലയ്ക്കുനിർത്താൻ സംഘാടകർ കിണഞ്ഞു ശ്രമിക്കുന്നുണ്ടെങ്കിലും ഒഴുകിയൊഴുകിയെത്തുന്ന ആൾക്കൂട്ടത്തിന്റെ കൂടെ പൊടിയും ആകാശത്തേക്കുയരുന്നു.

ഗ്രൗണ്ടിന്റെ മൂലകളിൽ സ്ഥാപിച്ചിട്ടുള്ള സൗണ്ട് ബോക്സുകളിലൂടെ ഏതൊക്കെയോ റോക്ക് ആൽബങ്ങൾ അന്തരീക്ഷത്തിലേക്ക് തെറിക്കുന്നു. ആർപ്പുവിളിക്കുന്ന ജനസമുദ്രത്തിൽ അതു മറ്റൊരു കൊടുങ്കാറ്റു സൃഷ്ടിക്കുന്നു.

അപ്പോൾ ഗ്രൗണ്ടിന്റെ ഒരരികിൽ താല്ക്കാലികമായി സ്ഥാപിച്ചിട്ടുള്ള ടിക്കറ്റ് കൗണ്ടറിൽനിന്ന് അറിയിപ്പു വന്നു.

"ഒന്നാമത് ഇന്റർ റിലീജിയസ് ഫുട്ബോൾ മേളയുടെ ഫൈനലിൽ ഇന്ന് നമ്മുടെ നാടിന്റെ രോമാഞ്ചങ്ങളായ ഇസ്ലാമിക് ഓർത്തഡോക്സ് ക്ലബ്ബും ഫണ്ടമെന്റൽ ഹിന്ദു ഖേൽ സംഘും ഏറ്റുമുട്ടുന്നു. പടക്കുതിരകൾ അണിയറയിൽ തയ്യാറായിക്കഴിഞ്ഞു. ഏതാനും മിനിറ്റുകൾക്കകം ഈ മഹത്തായ മേളയുടെ അവസാനകളിയുടെ ആദ്യ വിസിൽ മുഴങ്ങുന്നതാണ്."

അപ്പോൾ കാണികൾക്കിടയിൽ ആവേശം വലിയൊരു തിരമാലയായി ഉയർന്നു താഴ്ന്ന് ഉയർന്നു താഴ്ന്ന്...

പച്ചക്കുപ്പായവും കാവി പാന്റ്സുമിട്ട വോളണ്ടിയർമാർ ഗ്യാലറിയിലൂടെ തലങ്ങും വിലങ്ങും നടക്കുന്നു. ഇടയ്ക്കിടെ ഒരു വശത്തുനിന്ന് ചിലരെ പിടികൂടി മറുവശത്തേക്ക് മാറ്റുന്നു.

"ഒരറിയിപ്പ്..." റോക്ക് മ്യൂസിക്കിന്റെ മീതെ അനൗൺസറുടെ

മുഴക്കമുള്ള ശബ്ദം... "നാടിന്റെ നാനാഭാഗത്തുനിന്നുമെത്തിയിട്ടുള്ള നല്ല വരായ കാണികൾ അവരവർക്കു തയ്യാറാക്കിയിട്ടുള്ള സീറ്റുകളിൽത്തന്നെ ഇരിക്കേണ്ടതാണ്. വടക്കുവശത്തുള്ള ഇരിപ്പിടങ്ങളിൽ മുസ്ലീങ്ങളോ തെക്കുവശത്തുള്ളവയിൽ ഹിന്ദുക്കളോ പ്രവേശിക്കുവാൻ പാടില്ല. നിങ്ങളുടെ സഹകരണമുണ്ടെങ്കിൽ മാത്രമേ ഈ മേള ഒരു വിജയമാക്കി മാറ്റുവാൻ സാധിക്കൂ..." വീണ്ടും റോക്ക് മ്യൂസിക്.

കളിക്കാർ ഗ്രൗണ്ടിലെത്തിക്കഴിഞ്ഞു. എല്ലാ ബഹളങ്ങളും ഒരു നിമിഷത്തേക്ക് നിശ്ശബ്ദതയിലേക്ക് താഴുകയും പിന്നെ പെട്ടെന്ന് ഉച്ചസ്ഥായിയിലേക്ക് പൊങ്ങുകയും ചെയ്തു.

ആരവങ്ങൾക്കിടയിലൂടെ വിസിൽ മുഴങ്ങി. ആദ്യ കിക്ക് ഇസ്ലാമിക് ഓർത്തഡോക്സ് ക്ലബ്ബിനാണ്... അബൂബക്കർ സിദ്ദിഖ് പാസ് ചെയ്ത പന്ത് വലതു പാർശ്വത്തിലൂടെ തീയുണ്ടപോലെ കുതിച്ച് എതിർക്കളത്തിലേക്ക് മുന്നേറി, ഡിഫന്റർമാരെ വെട്ടിച്ച് കമാൽ മുഹമ്മദ് നീട്ടിയൊരടി.

ഗാലറിയുടെ തെക്കുഭാഗത്തുനിന്ന് അല്ലാഹു അക്ബർ എന്ന വിളി ഉച്ചത്തിൽ മുഴങ്ങുന്നു.

ഇല്ല ഗോളായില്ല.

ആ കോർണർ കിക്ക് ചെയ്തത് സ്വാമിനാഥനാണ്. പന്ത് പിന്നെയും നിസ്സഹായനായി മുന്നോട്ടുരുണ്ടു. ചിലപ്പോൾ മെല്ലെ മെല്ലെ... ചിലപ്പോൾ വേഗം വേഗം...

ഇപ്പോൾ വടക്കേ ഗാലറിയിൽനിന്ന് 'ഹരേ രാമ ഹരേ കൃഷ്ണ' എന്ന് ഒരേ താളത്തിൽ മുഴങ്ങുന്നു.

പിന്നെ വീണ്ടും അല്ലാഹു അക്ബർ, പിന്നെ ഹരേ രാമ ഹരേ കൃഷ്ണ...

അല്ലാഹു അക്ബർ, ഹരേ രാമ...

ആരുമാരും ഗോളടിക്കാതെ ഇന്റർ റിലീജിയസ് ഫുട്ബോൾ ടൂർണമെന്റിന്റെ ഫൈനൽ പുരോഗമിക്കുകയാണ്.

പകുതി സമയത്തിനുശേഷവും അക്കൗണ്ടുകളുടെ കോളത്തിൽ പൂജ്യംതന്നെ കാണുന്നത് കാണികളെ അസ്വസ്ഥരാക്കുന്നുണ്ട്.

അല്ലാഹു അക്ബറും ഹരേ രാമ ഹരേ കൃഷ്ണയും ഇടതടവില്ലാതെ മുഴങ്ങിക്കൊണ്ടിരിക്കുന്നു.

എപ്പോഴാണ്, ഏതു വലയിലാണ് ആദ്യ ഗോൾ തെറിച്ചുവീഴുക എന്ന് വീർപ്പടക്കിയാണ് കാണികൾ ഇരിക്കുന്നത്. ഓരോ മുന്നേറ്റങ്ങളും വമ്പൻ പ്രതീക്ഷകൾ നല്കുന്നുണ്ട്... പക്ഷേ...

ഇല്ല. തൊണ്ണൂറു മിനിറ്റ് പൂർത്തിയായപ്പോൾ ആരും ഒന്നും അടിച്ചിട്ടില്ല.

പിന്നെ പതിവുപോലെ എക്സ്ട്രാ സമയം....

കൂടുതൽ പരുക്കനാണ് ഇപ്പോൾ കളി... ഓരോ കളിക്കാരനും ഇഞ്ചോടിഞ്ച് പൊരുതുന്നു... പന്ത് നിന്ന ചുറ്റുപാടിൽ നിന്ന് എവിടേക്കും

അനങ്ങുന്നതേയില്ല...!

പെട്ടെന്ന് വളരെപ്പെട്ടെന്നാണ് ജബ്ബാറിന്റെ കാലിൽനിന്ന് ഒരു തീപ്പൊരി പറന്നത്. പന്ത് മിന്നൽപോലെ ഫണ്ടമെന്റൽ ഹിന്ദു ഖേൽ സംഘിന്റെ വല കുലുക്കിയപ്പോൾ ഒരു പൊട്ടിത്തെറി പോലെ "അല്ലാഹു അക്ബർ" അന്തരീക്ഷത്തിലേക്ക് കുതിച്ചുയർന്നു.

അവസാന മിനിറ്റുകളിൽ ഫൈനൽ മത്സരം ആവേശംകൊണ്ടു തിളച്ചുമറിയുകയാണ്.

'തിരിച്ചടിക്കാതെ ആരും ഗ്രൗണ്ടിൽനിന്നും കയറില്ല....' എന്നെഴുതിയ ബാനറുകൾ ഗാലറികളിൽ പ്രത്യക്ഷപ്പെട്ടു. 'ഹരേ രാമ ഹരേ കൃഷ്ണ' ഇപ്പോൾ നിലച്ചിരിക്കുന്നു.

ഒരിക്കൽക്കൂടി വിജയം കണ്ടേക്കാവുന്ന ഒരു നീക്കം സ്വാമിനാഥനിൽനിന്നുണ്ടായി. അതെ... അയാളത് ശരിക്കു മുതലെടുക്കുന്നുണ്ട്.... ഇപ്പോൾ പന്ത് ശങ്കരനാരായണ അഡിഗളുടെ കാലിലാണ്...

മുന്നിട്ടു നില്ക്കുന്നവരുടെ അക്രമാസക്തമായ മുൻനിരയെ തകർത്തു തരിപ്പണമാക്കിക്കൊണ്ട് അതാ വീണ്ടും സ്വാമിനാഥൻ... അതെ അതു സംഭവിച്ചു. ഇസ്ലാമിക് ഓർത്തഡോക്സ് ക്ലബ്ബിനെതിരെയും ഗോൾ...

സ്കോർബോർഡിൽ 1-1 എന്ന നില തെളിഞ്ഞപ്പോൾ ഗാലറികൾ പൂർണ്ണമായും നിശ്ശബ്ദമായി... ഗ്രൗണ്ടിൽ കളിക്കാർ മുഖത്തോടുമുഖം നോക്കി ഒരു നിമിഷം നിശ്ചലമായി.

കളി തീരാൻ മിനിറ്റുകളേയുള്ളു. വീണ്ടും വിസിൽ മുഴങ്ങി. തലങ്ങും വിലങ്ങും പായുന്ന പന്ത്... അതെവിടെയാണ് ചെന്നുവീഴുകയെന്ന് ആർക്കാണ് നിശ്ചയം...

ഓരോരുത്തരും ആകാംക്ഷയുടെ മുൾമുനയിൽ.

കളി തീരാൻ ഒരു മിനിറ്റ്...

ഇനി ഒന്നും സംഭവിക്കില്ല എന്നു തീർച്ചയാക്കിയ ഗ്യാലറികൾ ഇളകി മറിഞ്ഞു.

വടക്കേ ഗ്യാലറിക്കാർ ഉച്ചത്തിൽ ആർത്തുവിളിച്ചുകൊണ്ട് ഗ്രൗണ്ടിലേക്ക് കുതിച്ചു.

"ആരാടാ ഇവിടെ ഞങ്ങളെ തോല്പിക്കാൻ..."

എവിടുന്നൊക്കെയോ അവരുടെ കൈകളിൽ കുറുവടികളും മാരകായുധങ്ങളും പ്രത്യക്ഷപ്പെട്ടു.

"കയറി ഓടടാ ജീവൻ വേണെങ്കില്..."

ഇസ്ലാമിക് ഓർത്തഡോക്സ് ക്ലബ്ബിന്റെ കളിക്കാരിലൊരുവനെ... അതെ അതു ജബ്ബാറാണ്... പിടിച്ചുവലിച്ച് ഗ്രൗണ്ടിന്റെ നടുക്കിട്ട് ഒറ്റ വെട്ട്... അവൻ രണ്ടു കഷണം.

മുസ്ലീം കാണികൾ ഓടിയെത്തുന്നതേയുള്ളൂ...

ഗ്രൗണ്ടിൽ ആകെ അടിയാണ്...

ഓടിയെത്തിയ തെക്കേ ഗ്യാലറിക്കാർ മറ്റൊന്നും ആലോചിക്കാതെ

സ്വാമിനാഥനെ പിടികൂടി അല്ലാഹു അക്ബർ എന്ന് ഉദ്ഘോഷിച്ച് കൈ കാലുകൾ പിടിച്ചുവെച്ച് സാവധാനം രണ്ടാക്കി മുറിച്ചു.

ഇപ്പോൾ ഗ്രൗണ്ടിൽ ചോരയാണ്. നാലുപാടും ചീറ്റിത്തെറിക്കുന്ന ചോര.

കൂടുതൽ കൂടുതൽ ആളുകൾ ഗ്രൗണ്ടിലേക്ക് ഓടിയെത്തുന്നുണ്ട്. ആരും ആരേയും തിരിച്ചറിയുന്നില്ലല്ലോ...

ആയിരക്കണക്കിനാളുകൾ രണ്ടു ടീമുകളായി ഫുട്ബോൾ കളി ക്കുന്നതുപോലെ എല്ലാവരും ആവേശഭരിതരായിരുന്നു...

...വെട്ടുക... കൊല്ലുക....

ആക്രോശങ്ങളും ആക്രന്ദനങ്ങളും...

ഇപ്പോൾ അവസാനമായി ഓടിയടുക്കുന്നതാരാണ്...?

സംഘാടകർ... ഗ്രൗണ്ടിലെത്തിയ അവർ രണ്ടായി... രണ്ടു ചേരി യിലും ചേർന്നു.

ഇപ്പോൾ ഗ്രൗണ്ടിലെ പൊടി മുഴുവൻ അടങ്ങിയിരിക്കുന്നു. എല്ലാ ഹിന്ദുക്കളും മുസ്ലീങ്ങളും ഗ്രൗണ്ടിൽ നിന്ന് തെരുവിലേക്കിറങ്ങുകയാണ്.

ആർത്തട്ടഹസിച്ച്, കൊലവിളിച്ചുകൊണ്ട് ഇന്റർ റിലീജിയസ് ഫുട് ബോൾ മാച്ചിന്റെ ഫൈനൽ തെരുവിലേക്ക് സ്ഥലം മാറ്റപ്പെടുകയാണ്. അപ്പോൾ ഗ്രൗണ്ടിൽ സ്വാമിനാഥന്റേയും ജബ്ബാറിന്റെയും ശവങ്ങളും തികച്ചും നിസ്സഹായമായ പന്തും മാത്രം പരസ്പരം നോക്കിക്കിടന്നു. ദൂരെ വെളിച്ചം പൂർണ്ണമായും അവസാനിക്കുകയാണ്.

ജാതകങ്ങൾ നഷ്ടപ്പെട്ടവർ

ചൂർണിയാറിന്റെ പാലം കടന്നുവന്ന അപരിചിതനായ അയാൾ അന്വേഷിച്ചത് ഗോപാല ശേഷാദ്രിയെ മാത്രമായിരുന്നു. ഗോപാല ശേഷാദ്രി എന്നു കേൾക്കുമ്പോൾ ഒരു നിമിഷമെങ്കിലും ഒന്നു നിശ്ശബ്ദ മാവാതിരിക്കാനാവില്ലല്ലോ ഗ്രാമത്തിന്...

ശേഷാദ്രികളെ അന്വേഷിച്ച് ആരുവന്നാലും ആര് എന്നു ചോദി ക്കുന്ന പതിവില്ല ഗ്രാമത്തിൽ.

ആൾക്കാരുടെ കൂട്ടത്തിൽനിന്ന് മെലിഞ്ഞ് ശുഷ്കിച്ചുപോയ ഒരാൾ എഴുന്നേറ്റു.

"നടന്നോളൂ." അയാൾ പറഞ്ഞു.

പുഴയുടെ വടക്കാണ് വീട്, ജനലുകൾ തുറന്നുവച്ചാൽ പുഴ കാണാം... അമ്മ പറഞ്ഞ വാക്കുകൾ...

"കയറാം."

ആരുമില്ലാത്ത ഒരു മുറ്റത്തെത്തിയപ്പോൾ അയാൾ പറഞ്ഞു.

"ശേഷാദ്രികൾ കിടപ്പിലാണ്... ആർക്കും എപ്പോഴും കടന്നു ചെല്ലാം..."

ആർക്കും എപ്പോഴും കടന്നുവരാവുന്ന ഒരു വീടായിരുന്നു അത്. ഒരുതരത്തിൽ ഗ്രാമത്തിന്റെ മുഴുവൻ വീട്... അമ്മയുടെ ഗദ്ഗദം.

അപ്പോഴേക്ക് അയാൾ ഉമ്മറവാതിൽ കടന്ന് അകത്തെത്തിയിരുന്നു. അകത്തെ മുറിയിൽ കണ്ണടച്ചു കിടക്കുന്ന മെലിഞ്ഞരൂപത്തെ ചൂണ്ടി അയാൾ പറഞ്ഞു.

"ഗോപാല ശേഷാദ്രി."

ശേഷാദ്രികൾ മെല്ലെ കണ്ണുകൾ തുറന്നു. അവയിലെ പ്രകാശം ഇപ്പോഴും കുറഞ്ഞിട്ടില്ല.

അച്ഛന്റെ കണ്ണുകളാണ് നിനക്ക് കിട്ടിയിട്ടുള്ളത്. അവയിലൊരു വെളിച്ചമുണ്ട്.. മറ്റെവിടെയുമില്ലാത്ത ഒരു തീവ്രദ്യുതി... അമ്മയുടെ അഭിമാനപ്പെടൽ...

"ഒരു കുട്ടി കാണണം എന്നു പറഞ്ഞു" എന്ന് വഴികാട്ടിവന്ന ശുഷ്കമനുഷ്യൻ പറഞ്ഞു. എന്നിട്ട് വന്നതുപോലെ അയാൾ തിരികെപ്പോയി. ഒരു യാത്രപോലും പറയാതെ.

ശബ്ദം കേട്ടിട്ടാവണം അകത്തുനിന്ന് "ആരാ" എന്ന ചോദ്യം വന്നത്.

പാവമാണമ്മ. അച്ഛന്റെ ശരികൾ അമ്മയ്ക്കും ശരി. ഇടയ്ക്ക് അമ്മ ആത്മഗതം നടത്തുന്ന വാക്കുകൾ.

"മുത്തശ്ശാ...."

അയാൾ ശേഷാദ്രിയുടെ കൈകൾ ചേർത്തുപിടിച്ചു "ഇതു ഞാനാ ആദിത്യൻ."

അച്ഛൻ എനിക്കൊരു അനിയനുണ്ടാകുമ്പോൾ വിളിക്കാൻ എടുത്തുവച്ച പേരാണ് ആദിത്യൻ. അതു നിനക്കു തരണമെന്ന് എന്നോടാവശ്യപ്പെട്ടിരുന്നു.

കാതുകളിൽ അമ്മ.

ശേഷാദ്രിയുടെ കൈകൾ വല്ലാതെ വിറയ്ക്കുന്നതും കണ്ണുകളിൽ നക്ഷത്രങ്ങൾ തിളങ്ങുന്നതും അയാൾ കണ്ടു.

ഇത്രയും കഴിയുമ്പോഴാണ് നിന്റെ മുത്തശ്ശി പ്രത്യക്ഷപ്പെടുക. എന്നും അതങ്ങനെയാണ്. സന്തോഷമായാലും സങ്കടമായാലും ആദ്യത്തെ ഭാഗം അച്ഛനെടുക്കും.

മുത്തശ്ശി വിശ്വസിക്കാനാവാത്തതെന്തോ കണ്ടതുപോലെ. "എന്റെ മോൾ...?"

"പോയിട്ടേറെ കാലമായി..." ആദിത്യൻ പറഞ്ഞു.

അവിടെനിന്നു രക്ഷപ്പെടുമ്പോൾ രണ്ടു വിത്തുകളാണ് എന്നിലുണ്ടായിരുന്നത്. ഒന്നു നീ, പിന്നെ ഈ മാറാവ്യാധിയുടെ വിഷബീജം... അമ്മയുടെ സങ്കടം.

ആദിത്യൻ സഞ്ചി തുറന്ന് ഒരു ഫോട്ടോ ആൽബം പുറത്തെടുത്തു.

"ഇതിലുണ്ട് അമ്മയുടെ ജീവിതം."

തുറക്കാനാഞ്ഞ മുത്തശ്ശിയെ അയാൾ തടഞ്ഞു. "ഇപ്പോഴല്ല... പിന്നെ എപ്പോഴെങ്കിലും."

ഭിത്തിയിൽ നിറയെ ഫോട്ടോകൾ ചില്ലിട്ടുവച്ചിട്ടുണ്ട്. ആദിത്യൻ ചുറ്റുംനോക്കി. നിറം മങ്ങിയെങ്കിലും ഫോട്ടോകൾ അവിടെത്തന്നെയുണ്ടായിരുന്നു.

അച്ഛൻ ഓരോ സമരം കഴിഞ്ഞുവരുമ്പോഴും ഓരോ ചിത്രം കൊണ്ടുവരും. അവയങ്ങനെ വരിവരിയായി നോക്കുമ്പോൾ ഒരു ജനതയുടെ നിലനില്പിനുവേണ്ടിയുള്ള സമരത്തിന്റെ നേർചിത്രം മനസ്സിൽ കാണാം.

"അതാണ് നിന്റെ അമ്മ." ചിത്രങ്ങളെത്തന്നെ നോക്കി നില്ക്കുന്നതു

കണ്ടിട്ടാവണം മുത്തശ്ശി ഒരു ഫോട്ടോ ചൂണ്ടിപ്പറഞ്ഞത്.

ഞാനും പങ്കെടുത്തിട്ടുണ്ട് സമരത്തിൽ... അച്ഛനും ഞാനുംകൂടി ഒരുമിച്ചുനിന്ന് ഒരു ചിത്രവുമെടുത്തിട്ടുണ്ട്.

"അന്നു വൈകുന്നേരം വീട്ടിൽ വന്നപ്പോഴാണ് തലവേദനയുണ്ട് എന്നവൾ ആദ്യമായി പറയുന്നത്.

തല പൊട്ടിപ്പോണപോലുള്ള വേദനയായിരുന്നു. അച്ഛനോടു പറഞ്ഞപ്പോൾ വെയിലുകൊണ്ടിട്ടാവും എന്ന് ആശ്വസിപ്പിച്ചു.

"പിറ്റേന്നും അതിന്റെ പിറ്റേന്നും തലവേദന കുറയാതായപ്പോഴാണ് അവളെ ഞങ്ങൾ ആശുപത്രിയിൽ കാണിച്ചത്." മുത്തശ്ശി പറഞ്ഞു.

"ഇങ്ങനെ തലവേദനിക്കുന്ന കുട്ടികൾ വേറെയുമുണ്ടെന്ന് അന്നാണ് ഞാനറിഞ്ഞത്...

കുട്ടികളുടെയൊക്കെ രക്തത്തിൽ അത്രയ്ക്കു പരിചിതമല്ലാത്ത എന്തൊക്കെയോ വസ്തുക്കൾ കാണാനുണ്ട്" എന്ന് ഡോക്ടർ പറഞ്ഞു.

പിന്നെ നിങ്ങളെന്താണത് റിപ്പോർട്ട് ചെയ്യാത്തതെന്ന് അച്ഛൻ അയാളോട് ദേഷ്യപ്പെട്ടു.

നിങ്ങളുടെ സമരം ഗവൺമെന്റിനെ ആകെ വലച്ചിരിക്കുന്നു. അതിന്റെ പുറമെ ഞങ്ങളുംകൂടി നിങ്ങൾക്കനുകൂലമായാൽ എന്തു ചെയ്യും...? ഇതൊന്നും മറ്റാരും അറിയരുതെന്നാണ് ഞങ്ങളോട് പറഞ്ഞിരിക്കുന്നതെന്ന് ഡോക്ടർ സ്വയം രക്ഷപ്പെടുത്തി.

ആദിത്യന്റെ മൊബൈൽ ഫോൺ മെല്ലെ ശബ്ദമുണ്ടാക്കി. "എപ്പോഴാ തിരിച്ചു വരുന്നത്...?"

"അറിഞ്ഞൂടാ... ചിലപ്പോൾ നാളെത്തന്നെ... അല്ലെങ്കിൽ... എനിക്കറിയില്ല."

"ഞാനിവിടെ തനിച്ചാണെന്നു മറക്കണ്ട."

തിരിച്ചൊന്നും പറയാതെ ആദിത്യൻ സംസാരം അവസാനിപ്പിച്ചു. നേരം ഇരുണ്ടുകഴിഞ്ഞു. ഒരു കറുത്ത വരപോലെ ചൂർണ്ണിയാർ കാണാം.

പിന്നെപ്പിന്നെ ഞങ്ങളുടെ നാട്ടിൽനിന്നാരും ആഹാരം കഴിക്കാതെയായി. അല്ല, ഗ്രാമത്തിലേക്ക് ആരും വരാതെയായി എന്നു പറയുന്നതാവും ശരി.

മുത്തശ്ശിയുടെ അത്താഴത്തിന്റെ പങ്കുപറ്റുമ്പോൾ ആദിത്യൻ അമ്മ പറയുന്നതുകേട്ടു.

സമരം ശക്തമാകുകയായിരുന്നു. അന്തരീക്ഷത്തിലും മണ്ണിലും വെള്ളത്തിലും വിഷബീജങ്ങൾ വിതറുന്ന ഗവൺമെന്റ് സ്വന്തം ജനങ്ങളെ കൊലപ്പെടുത്താൻ കൂട്ടുനില്ക്കുന്നത് ആർക്കുവേണ്ടിയാണ് എന്ന ചോദ്യം വളരെപ്പെട്ടെന്ന് ഗ്രാമത്തിന്റെ അതിരുകൾ കടന്ന് വ്യാപിച്ചു.

ഭിത്തിയിൽ ഇടത്തുനിന്ന് നാലാമത്തെ ഫോട്ടോ നോക്ക്. പൊലീസിന്റെ തല്ലുകൊണ്ട് ചോരവാർന്നു കിടക്കുന്ന കുമാരൻ. അച്ഛന്റെ വലിയ കൂട്ടുകാരനായിരുന്നു.

"കുമാരന്റെ കുഞ്ഞ് ജനിച്ചത് ഈ സമരങ്ങൾക്കിടയിലാണ്."

മുത്തശ്ശി ആദിത്യന്റെ അരികിൽ വന്നിരുന്നു.

"വളഞ്ഞ കൈകാലുകളും വലിയ തലയുമുള്ള ആ കുഞ്ഞായിരുന്നു ഈ ഗ്രാമത്തിന്റെ ജീവിതം മാറ്റിമറിച്ചത്."

അച്ഛനെ കാണാൻ ദിവസവും നിറയെ ആളുകൾ വന്നിരുന്നു. എല്ലാവരോടും അച്ഛൻ ഒരേ ചോദ്യം ചോദിച്ചു. കുമാരൻ ചോദിച്ച ചോദ്യം. ഈ കുഞ്ഞിനെ ഇനിയെന്താണ് ചെയ്യേണ്ടത്...?

പിന്നെയീ നാട്ടിൽ ജനിച്ച കുട്ടികളെല്ലാം തന്നെ കുമാരന്റെ കുഞ്ഞിനെപ്പോലെയായിരുന്നു. എല്ലാ വീട്ടിലും ഇഴയുകയും വേദനിച്ച് നിലവിളിക്കുകയും ചെയ്യുന്ന കുട്ടികളുണ്ടായിത്തുടങ്ങിയപ്പോൾ സമരാവേശം ഭീതിക്കു വഴിമാറി...

നമ്മുടെ ജീവിതം വ്യഥാവിലാവുകയാണല്ലോ സുഹൃത്തുക്കളേ എന്ന് അച്ഛൻ സങ്കടപ്പെട്ടു.

പുറത്ത് അനുദിനം ഊർജ്ജം കൂടിവരുന്ന സമരത്തെ കണ്ടില്ലെന്നു നടിക്കുന്നത് വിഡ്ഢിത്തമായിരിക്കും എന്ന തിരിച്ചറിവിന്റെ ഫലമാണ് അന്ന് അച്ഛനെ കാണാനെത്തിയ അപരിചിതരായ രണ്ടുപേർ. മിസ്റ്റർ ശേഷാദ്രീ, നിങ്ങൾ വിചാരിക്കുന്നതുപോലെ വെള്ളത്തിലും മണ്ണിലുമൊന്നും അത്രയ്ക്ക് വിഷബീജങ്ങൾ ഞങ്ങൾ വിതറിയിട്ടില്ല... അല്ലെങ്കിൽത്തന്നെ പാഷാണവല്ക്കരിച്ച് നിങ്ങളെ നശിപ്പിച്ചിട്ട് ഞങ്ങൾക്കെന്തു നേടാനാണ്...

പിന്നെ ഞങ്ങളുടെ കുട്ടികൾക്കെന്തു പറ്റിയതാണ്...? അറിയുക ഇവിടുത്തെ മൃഗങ്ങൾക്കുപോലും ഇപ്പോൾ പിറക്കുന്നതൊക്കെ ചാപിള്ളകളും വികലസന്തതികളുമാണ്...

അതിനെക്കുറിച്ചുള്ള പഠനങ്ങൾ ഞങ്ങൾ തുടങ്ങിക്കഴിഞ്ഞു. പക്ഷേ, ഒന്നുറപ്പിച്ച് പറയാം... നിങ്ങൾ ആരോപിക്കുന്നതുപോലെ ഞങ്ങളല്ല ഈ കുഴപ്പങ്ങൾക്കൊന്നിനും കാരണം.

അവർ പോയിക്കഴിഞ്ഞപ്പോൾ അച്ഛൻ വല്ലാതെ അസ്വസ്ഥനായിരുന്നു. എന്റെ തലവേദന വല്ലാതെ കൂടിയതും അന്നായിരുന്നു.

പതിവുപോലെ വേദന സംഹാരികൾ തന്ന് എന്നെ ആശ്വസിപ്പിച്ച് ഡോക്ടർ അച്ഛനോട് ശണ്ഠകൂടുന്നതിനു പകരം ഒരു ഒത്തുതീർപ്പിന്റെ സ്വരത്തിൽ സംസാരിച്ച് തുടങ്ങി.

നിങ്ങടെ സമരം എവിടെയുമെത്തിയില്ലല്ലോ ശേഷാദ്രീ...

ഞങ്ങളുടെ സമരത്തിനു ജയിച്ചേ തീരൂ... അല്ലാത്ത പക്ഷം ഞങ്ങളെ കാത്തിരിക്കുന്നത് മരണമാണ്...

നിങ്ങൾ നടത്തുന്ന പ്രക്ഷോഭങ്ങളുടെ ഫലമായി വിഷസ്രോതസ്സുകൾ ഇല്ലാതായി എന്നുതന്നെയിരിക്കട്ടെ.

ഡോക്ടർ നിന്നിടത്തുനിന്ന് നാടകീയമായി തിരിഞ്ഞ് ചോദിച്ചു.

ശേഷാദ്രീ, വേറെ ഏതൊക്കെ രൂപത്തിൽ ഈ മരണവ്യാപാരികൾക്കു തിരിച്ചു വന്നുകൂടാ...?

ഒരിക്കലും ജയിക്കാത്ത ഒരു സമരമാണ് നിങ്ങൾ നടത്തുന്നത്.

ജയിച്ചു എന്നു തോന്നുമ്പോഴൊക്കെ നിങ്ങൾ തോല്ക്കുകയാണ്.

അച്ഛനിങ്ങനെ മറ്റുള്ളവർ പറയുന്നത് കേട്ടിരിക്കുന്നത് ആദ്യമായി കാണുകയാണ് ഞാൻ.

ഡോക്ടർ അച്ഛന്റെ തൊട്ടരികിൽ വന്നിരുന്നു.

ഇങ്ങനെ വികലശിശുക്കൾ ഇനിയും പിറന്നു കൊണ്ടിരുന്നാൽ ഈ നാടിന്റെ ഗതിയെന്താവും...?

ഞാനൊരു വഴി പറയട്ടെ...

ഒന്നു നിർത്തി അച്ഛന്റെ കണ്ണുകളിലേക്ക് നോക്കി അയാൾ പറഞ്ഞു.

നമുക്കിവിടെ പുതിയ ജീവിതങ്ങൾ ഉണ്ടാവുന്നത് തൽക്കാലം നിർത്തിവക്കാം. ആർക്കും വേണ്ടാതെ ഇങ്ങനെ ദുരിതജന്മങ്ങൾ ഉല്പാദിപ്പിക്കപ്പെടാതിരിക്കാനാണ് നിങ്ങളുടെ സാമൂഹ്യബോധം ശ്രമിക്കേണ്ടത്.

ഇപ്പോഴും എനിക്കറിഞ്ഞുകൂടാ അച്ഛന് അന്നയാൾ പറഞ്ഞത് പൂർണ്ണമായും മനസ്സിലായോ എന്ന്.

ആദിത്യൻ അപ്പോൾ നോക്കുകയായിരുന്ന ഫോട്ടോയിലിരുന്ന് അമ്മ പറഞ്ഞു. ആ ചിത്രത്തിൽ അമ്മ പച്ചപ്പട്ടു പാവാട ധരിച്ച് ചുവന്ന പനിനീർപ്പൂ ചൂടിനില്ക്കുന്ന ഒരു സുന്ദരിക്കുട്ടിയായിരുന്നു.

"അവളുടെ കല്യാണത്തിന് തൊട്ടുമുമ്പെടുത്ത ചിത്രമാണത്."

മുത്തശ്ശി ആദിത്യന് ആ ചിത്രത്തെ പരിചയപ്പെടുത്തി.

അതാണ് അമ്മയുടെ അവസാനത്തെ ചിത്രം. അതു കൊണ്ടുവന്ന് ചുമരിൽ തൂക്കിയ ദിവസം.

അച്ഛൻ അന്ന് വലിയ ദേഷ്യത്തിലായിരുന്നു. ആ ഡോക്ടർ അന്ന് വെറുതെ പറഞ്ഞതല്ലായിരുന്നത്രേ ജന്മങ്ങളെ തടയണമെന്ന നിർദ്ദേശം. ശരിക്കും ഗവൺമെന്റ് അതു നടപ്പാക്കാൻ പോകുന്നുപോലും... അതെങ്ങനെ ശരിയാവും...?

സത്യത്തിൽ എനിക്കു തോന്നിയത് അച്ഛനുതന്നെ ആശയക്കുഴപ്പമുണ്ടെന്നാണ്.

അതു തന്നെയാണ് ഡോക്ടറും പറഞ്ഞത്.

എന്താ ശരിയാവാതെ... വേദനിച്ചു മരിക്കാൻ വേണ്ടി മാത്രം എന്തിനാണ് കുറേ മനുഷ്യർ ഇവിടെ ജനിക്കുന്നത്...?

"അങ്ങനെയാണ് ജന്മങ്ങളുടെ നിരോധനം നടപ്പിലായത്. വളരെ സാവധാനത്തിലായിരുന്നു മാതൃത്വത്തിന്റെ നിഷ്കാസനം ആരംഭിച്ചത്. പിന്നീടത് സ്വയം തീരുമാനിക്കുന്നവരിൽ മാത്രമാവാതിരിക്കുകയും ഗ്രാമത്തിലെ മുഴുവൻ ഗർഭപാത്രങ്ങളേയും വന്ധ്യമാക്കുക എന്ന ലക്ഷ്യത്തിലേക്ക് വ്യാപകമാക്കപ്പെടുകയും ചെയ്തു."

മുത്തശ്ശി ആദിത്യനോട് തുടർന്നു.

ആ ദിവസത്തെ അമ്മ വിശദീകരിച്ചത് ഇങ്ങനെയായിരുന്നു.

രാത്രി ഏറെ വൈകിയാണ് നിന്റെ അച്ഛൻ വീട്ടിലെത്തിയത്. ഓർക്കുമ്പോൾ ഇപ്പോഴും ഉള്ളു വിറയ്ക്കും. ഉണങ്ങിയ പാതയിലൂടെ പൊടി പറത്തി ആശുപത്രി വാൻ ഇടയ്ക്കിടെ കടന്നുപോകുന്നതുകാണാം.

അപ്പോഴൊക്കെ അടിവയറ്റിൽ നിന്നൊരു നേർത്ത കരച്ചിൽ കേൾക്കുന്നുണ്ടോ എന്നുതോന്നും. ആ കരച്ചിൽ കേട്ടില്ലെന്നു നടിക്കാൻ വയ്യാതായതോടെ നിലാവുപോലുമില്ലാത്ത ഒരു രാത്രി ഞങ്ങൾ ആ ഗ്രാമത്തെയും അച്ഛനേയും അമ്മയേയും എല്ലാം ഉപേക്ഷിച്ചു.

"ഇവിടമിപ്പോൾ ആയുസ്സൊടുങ്ങിയവരുടെ മാത്രം ആലയമാണ്. മരണത്തിന്റെ മാത്രം വിളഭൂമിയാണ്." മുത്തശ്ശി സങ്കടപ്പെട്ടു.

ഇവിടേക്ക് ജീവന്റെ പുതിയ നാമ്പുകളുമായി ഞാൻ മടങ്ങിവരും എന്നു പറയണമെന്ന് ആദിത്യന് ആഗ്രഹമുണ്ടായിരുന്നു.

അയാളതു പറയാതെയാണ് മുത്തശ്ശനോടും മുത്തശ്ശിയോടും യാത്ര ചോദിച്ചതെങ്കിലും.

ഇനി വരുമോ എന്ന് ചോദിക്കണമെന്ന് ആഗ്രഹിച്ച മുത്തശ്ശിയും എന്തോ അതുമാത്രം ചോദിച്ചില്ല.

www.ingramcontent.com/pod-product-compliance
Lightning Source LLC
LaVergne TN
LVHW040819051026
849519LV00007BA/2679
9789390301621